మత ధర్మ జననం

Trade Mark No 5578002 of 23.08.2022
NNR WRITING HOUSE SINCE 1975

గ్రంథస్రష్ట

నూతలపాటి నాగేశ్వర రావు

Mata Darma Jananam

by

NUTHALAPATI NAGESWARA RAO

Ph: 9490742134

E-mail: nnrwh1975@gmail.com

Published By: Kasturi Vijayam

Published on: Feb 2026

ISBN (Paperback): **978-81-988184-8-5**

Print On Demand

Ph:0091-9515054998

Email: Kasturivijayam@gmail.com

Book Available

@

Amazon, flipkart

INTELLECTUAL PROPERTY INDIA

प्रारूप आरजी - 2
Form RG - 2
क्रमांक No. 3219375

व्यापार चिन्ह रजिस्ट्री, भारत सरकार Trade Marks Registry, Government Of India

व्यापार चिन्ह अधिनियम, 1999 Trade Marks Act, 1999

व्यापार चिन्ह के रजिस्ट्रीकरण का प्रमाणपत्र | Certificate of Registration of Trade Mark

(धारा 23 (2), नियम 56 (1)) | Section 23 (2), Rule 56 (1)

व्यापार चिन्ह संख्या / Trade Mark No. : 5578002
दिनांक / Date : 23-08-2022
ज. संख्या / J. No. : 2088

प्रमाणित किया जाता है कि व्यापार चिन्ह / जिसका प्रतिरूप इसके साथ संलग्न है, वह .... के नाम से .... वर्ग में .... संख्या के अधीन दिनांक .... को .... के संबंध में रजिस्ट्रीकृत किया गया है।

Certified that Trade Mark / a representation is annexed hereto, has been registered in the name(s) of :- NUTHALAPATI NAGESWARA RAO, D.NO.10-68-6 LIG-B18, NEAR GOVT HOSPITAL, AMARAVATI PLOTS, VUDA COLONY, TENALI, GUNTUR-522202, ANDHRA PRADESH , INDIA, INDIVIDUAL, (Single Firm)

In Class 16 Under No. 5578002 as of the date 23 August 2022 in respect of

BOOKS, NOVELS, MAGAZINES, PERIODICAL JOURNALS

NUTHALAPATI NAGESWARA RAO

आज वर्ष 20.................... के .... माह के .... वें दिन को मेरे निर्देश पर मुद्रांकित किया गया

Sealed at my direction, this 26th day of June, 2023

व्यापार चिन्ह रजिस्ट्री मुंबई
Trade Marks Registry MUMBAI

व्यापार चिन्ह रजिस्ट्रार
Registrar of Trademarks

[illegible]

Registration is for 10 years from the date of application and may then be renewed for a period of 10 years and also at the expiration of each period of 10 years.

This certificate is not for use in legal proceedings or for obtaining Registration abroad.

Note: Upon any change of ownership of this Trademark or change in address, of the principal place of business or address for service in India a request should AT ONCE be made to register the change.

Trade Mark No 5578002 of 23.08.2022

NNR WRITING HOUSE SINCE 1975

గ్రంథస్రష్ట

నూతలపాటి నాగేశ్వర రావు

సత్యాన్వేషణ పథ సూచిక

గ్రంథస్రష్ట తాత్విక ప్రస్థానం

మనిషి ఆలోచన మొదలైన క్షణమే 'మత ధర్మ జననం' యొక్క ఆది బీజం. ఆలోచనకు ముందు అతడు ప్రకృతిలోని ఒక జీవి మాత్రమే.ఆలోచన పుట్టిన క్షణం నుంచే అతడు తనను తాను ప్రశ్నించే మనిషిగా అవతరించాడు.

నేను ఎవరు, ఈ జగత్తు ఏమిటి? నేను ఎందుకు ఇక్కడ ఉన్నాను? ఈ ప్రశ్నలు ఏ గ్రంథం బోధించలేదు, ఏ గురువు నేర్పలేదు, ఏ రాజు విధించలేదు. అవి మనిషి మేధస్సు లోతుల్లో సహజంగా పుట్టిన అస్తిత్వ ఆర్తనాదాలు. వర్షంలో తడిసి వణికిన ఆదిమానవుడు, మెరుపు శబ్దానికి గుండె గజగజలాడిన క్షణంలో, మరణం ఎదుట నిలబడి అర్థం కోసం తపించిన సమయంలో తనకు తెలియని శక్తి ఎదుట తల వంచాడు. అది భక్తి కాదు, ఆచారం కాదు, మతం కాదు, అది అర్థం కావాలనే ఆకాంక్ష. మతం గ్రంథాల్లో పుట్టలేదు, ఆలయ గర్భగృహాల్లో జన్మించలేదు, శాసనాల్లో స్థిరపడలేదు. మతం పుట్టింది భయానికి ముందు ఉన్న ప్రశ్నలో, మరణానికి ముందు ఉన్న ఆవేదనలో, అజ్ఞానానికి ముందు ఉన్న జ్ఞాసలో.

భయమే మతానికి మూలం అని చెప్పడం సులభం. కాని భయానికి ముందు ఉన్నది అర్థం చేసుకోవాలనే తపన. మనిషి భయపడ్డాడు కాబట్టి కాదు, భయాన్ని అర్థం చేసుకోవాలనుకున్నాడు కాబట్టే తనలో ఒక భావ ప్రపంచాన్ని నిర్మించుకున్నాడు.

మానవ చరిత్రలో ఒక దశలో మతం మనిషికి తల్లి వలె నిలిచింది. తల్లి తన శిశువుకు ఎలా భద్రత ఇస్తుందో, మతం కూడా అదే విధంగా మనిషికి ఓదార్పునిచ్చింది. చట్టాలు లేని సమాజంలో మతమే నియమమైంది. న్యాయం అనే భావన తెలియని కాలంలో మతమే నైతిక ప్రమాణమైంది. అది దండం కాదు, అది రక్షణ. అది శాసనం కాదు, అది ఆశ్వాసం.

మతాన్ని పూర్తిగా తిరస్కరించడం మానవ జాతి మేధో చరిత్రను తిరస్కరించడమే. కాని తల్లి పాత్ర ఎప్పుడైతే పాలకురాలిగా మారిందో, సంరక్షణ ఎప్పుడైతే నియంత్రణగా మారిందో, అక్కడే మతం తన అసలైన పాత్రను మరచింది. అవసరాన్ని మించి పెరిగిన ప్రేమ

అణచివేతగా మారినట్లే, అవసరాన్ని మించి పెరిగిన మతం అధికారంగా మారింది. అక్కడే అసలైన మేధో ప్రశ్న మొదలైంది.

మతం మనిషి అవసరాలను తీర్చిందా? లేదా మనిషినే తన అవసరంగా మార్చుకుందా?

మతం ఒక అద్దం వంటిది. ఆ అద్దంలో మనిషి తన ఉత్తమ స్వరూపాన్ని కూడా చూశాడు, తన క్రూరమైన రూపాన్ని కూడా చూశాడు. ఒకచోట మతం కరుణ నేర్పింది, మరోచోట అదే మతం క్రూరత్వాన్ని న్యాయబద్ధం చేసింది. ఒకచోట మతం సమాజాన్ని కలిపింది, మరోచోట అదే మతం విభజించింది. ఈ ద్వంద్వ స్వభావాన్ని అర్థం చేసుకోకుండా మతాన్ని అర్థం చేసుకోవడం అసాధ్యం. మతం మంచిదా, చెడ్డదా? అనే ప్రశ్న అర్థరహితమైనది. అద్దం మంచిదా, చెడ్డదా? అని అడిగినట్టే. అద్దం మన ముఖాన్ని తీర్చిదిద్దదు మన స్థితిని మాత్రమే ప్రతిబింబిస్తుంది. మతం, శాస్త్రం సంఘర్షణ కాదు, విభజన, కాలక్రమేణా మనిషి మరో మార్గాన్ని కనుగొన్నాడు. అదే శాస్త్రం. శాస్త్రం ప్రశ్నించింది ఇది ఎలా జరుగుతోంది? మతం అడిగింది ఇది ఎందుకు జరుగుతోంది? ఈ రెండు ప్రశ్నలు పరస్పర శత్రువులు కావు. కాని చరిత్ర వాటిని శత్రువులుగా మార్చింది. ఒక దశలో మతం శాస్త్రానికి అడ్డుగా నిలిచింది. మరో దశలో శాస్త్రం మతానికి సవాలుగా మారింది. శాస్త్రం గెలిచినా మతం అంతరించలేదు. ఎందుకంటే శాస్త్రం మనిషిని శక్తివంతుడిని చేస్తే, మతం అతని జీవనానికి హృదయాన్ని ఇచ్చింది.

మతం ఒక నదిలాంటిది. పుట్టినప్పుడు అది చిన్న ప్రవాహం. కాలక్రమేణా అది విస్తరిస్తుంది. ప్రవాహంగా ఉన్నంతవరకు అది జీవనదాయిని. వరదగా మారినప్పుడు అది వినాశకారి. మతం ప్రవహించాలి ఆలోచనలతో, తర్కంతో, మానవత్వంతో. కాని ఎప్పుడైతే అది నిలిచిపోయిందో, అప్పుడు అది దుర్వాసన గల చెఱువైంది.

ఆధునిక మనిషి శూన్యత. ఆధునిక మనిషి అంతరిక్షాన్ని జయించాడు, కణాల గుట్టు విప్పాడు, తన మేధస్సును యంత్రంగా మార్చాడు. కాని తన మనస్సులో ఏర్పడిన శూన్యతను పూర్తిగా భర్తీ చెయ్య లేకపోయాడు. శాస్త్రం సమాధానాలు ఇచ్చింది, కాని అర్థాన్ని

ఇవ్వలేకపోయింది. మతం అవసరమా? అసలైన ప్రశ్న ఇది కాదు. అసలైన ప్రశ్న మతం ఏ రూపంలో అవసరం భయంగా లేదా బుద్ధిగా, అధికారంగా లేదా అనుభూతిగా?

नासतो विद्यते भावो
नाभावो विद्यते सतः।
उभयोरपि दृष्टोऽन्तः
त्वनयोस्तत्त्वदर्शिभिः॥

అసత్యానికి (లేనిదానికి) నిజమైన ఉనికి ఉండదు.
సత్యానికి (ఉన్నదానికి) అస్థిత్వం నశించదు.
ఈ రెండింటి నిజ స్వరూపాన్ని
తత్త్వాన్ని దర్శించినవారు స్పష్టంగా గ్రహించారు.
— *శ్రీమద్భగవద్గీత, అధ్యాయం 2, శ్లోకం 16*

మనిషి మతాన్ని సృష్టించిన క్షణంలో అది అతని అనుభూతి. కాని మతం వ్యవస్థగా మారిన క్షణంలో అది అతని నియంత్రణ. అనుభూతి నుండి నియమానికి, నియమం నుండి శాసనానికి, శాసనం నుండి అధికారానికి ఈ ప్రయాణమే మత చరిత్రలోని అత్యంత సంక్లిష్ట మలుపు.

మతం వ్యక్తిగత అనుభూతిగా ఉన్న దశలో అది మనిషిలో మానవత్వాన్ని వికసింపజేసింది. సామూహిక జీవనంలోకి ప్రవేశించినప్పుడు సమాజానికి ఒక క్రమశిక్షణను అందించింది. కాని అదే మతం రాజకీయ అధికారంతో కలిసిన క్షణంలో, ప్రశ్నలను భయపడే ఒక సంస్థాగత వ్యవస్థగా రూపాంతరం చెందింది.

మతం వ్యవస్థగా మారిన క్షణం, వ్యవస్థ అంటే తప్పనిసరిగా చెడు కాదు. అవ్యవస్థకు క్రమం అవసరం. కాని క్రమం ఎప్పుడైతే ప్రశ్నను నిషేధిస్తుందో, అప్పుడే అది అణచివేతగా మారుతుంది. మతం మొదట ఏమి అనుభవించావని అడిగింది. తర్వాత ఏమి నమ్మాలని చెప్పింది. చివరికి ఎలా నమ్మాలని ఆదేశించింది. ఇక్కడే మతం మనిషి అవసరం కాకుండా మనిషిని తన అవసరంగా మార్చుకుంది.

గ్రంథస్రష్ట తాత్విక ప్రస్థానం

గురువు శిష్యుడిని నడిపిస్తాడు. పాలకుడు ప్రజలను నియంత్రిస్తాడు. మతం గురువుగా ఉన్నంతకాలం మనిషిని వెలుగువైపు నడిపించింది. పాలకుడిగా మారిన తర్వాత మనిషి ఆలోచనలను బంధింపజేసింది. ఆలోచనలకు నిరోధకంగా మారడంతో మనిషి మేధస్సుకు మరణ శాసనంగా మారింది.

అప్రశ్నిత విశ్వాసం అసలైన ప్రమాదం, ప్రశ్నించని విశ్వాసమే అత్యంత ప్రమాదకరం. ఎందుకంటే ప్రశ్నించే వాడు సత్యాన్ని వెతుకుతాడు. ప్రశ్నించని వాడు అబద్ధాన్నే పవిత్రం చేస్తాడు. మతం ప్రశ్నలను భయపడిన రోజే అది తన అసలైన ఆత్మను కోల్పోయింది. నమ్మకం ఆలోచనకు శత్రువు కాదు. ఆలోచన మతానికి శత్రువు కాదు. శత్రువు ఒక్కటే అప్రశ్నిత విశ్వాసం.

శాస్త్రం మతం సమన్వయం అవసరం. శాస్త్రం మనిషిని ఎలా బతకాలో నేర్పింది. మతం ఎందుకు బతకాలో చెప్పింది. ఈ రెండు అంశాలు విభేదించాల్సినవి కావు. విభజించబడినవి మాత్రమే. శాస్త్రం లేకుండా మతం అంధకారం. మతం లేకుండా శాస్త్రం శూన్యత.

ప్రాచీన మనిషి మతంలో శాస్త్రాన్ని చూశాడు. ఆధునిక మనిషి శాస్త్రంలో దేవుడిని ప్రతిష్ఠించాడు. రెండూ అతిశయాలే ఒకటి నమ్మకపు అతిశయం, మరొకటి తర్కపు అతిశయం. ఈ రెండు అంచుల మధ్య నిలిచే సమతుల్య ఆలోచనలోనే మనిషి నిజమైన మానవత్వం వెలుగులోకి వస్తుంది.

మతం మారుతుంది ధర్మం నిలుస్తుంది. మతం భేదాలను సృష్టిస్తే, ధర్మం సమానత్వాన్ని బోధిస్తుంది. మతం ఆచారాలలో కనిపిస్తుంది, ధర్మం మనస్సులో నివసిస్తుంది. మతం బాహ్య నియమంగా నడిపిస్తే, ధర్మం అంతర్గత నియంత్రణగా దారి చూపుతుంది. మతాన్ని విమర్శించవచ్చు, ధర్మాన్ని మాత్రం జీవితాంతం ఆచరించాల్సి వుంది. ఈ గ్రంథం మతధర్మాన్ని మానవీయంగా, సహేతుకంగా పునఃఆలోచించుకునే ఒక శాంతమైన ఆలోచనాత్మక ఆధ్యాత్మిక యాత్ర మాత్రమే.

ఆధునిక కాలంలో మతం అవసరం ఉంది. కాని భయంగా కాదు, అధికారంగా కాదు, అనుభూతిగా మాత్రమే. మనిషిని చిన్నచూపు చూసే మతం అవసరం లేదు.

మనిషిని మరింత మానవుడిగా, మహనీయుడిగా చేసే మతమే మానవ అవసరం.

గ్రంథస్రష్టగా నన్ను ముందుకు నడిపించిన ఉద్దేశ్యం మత విశ్వాసాన్ని చెరిపివేయడం కాదు, ఆలోచనలను నిశ్శబ్దంలోకి నెట్టడం కూడా కాదు. విశ్వాసానికి అవగాహనను జోడించడం, ఆలోచనలకు ప్రశ్నించే ధైర్యాన్ని ఇవ్వడం మాత్రమే నా ప్రయత్నం. ప్రతి సందేహానికి సమాధానం లభించకపోవచ్చు. కాని ప్రశ్నించే మనస్సు మేల్కొంటే, అది ఏ మతానికీ శత్రువు కాదు, మానవ అభివృద్ధికి మార్గదర్శి మాత్రమే. ఈ గ్రంథం పాఠకుని విశ్వాసాన్ని క్షీణింపజేస్తుందని కాదు, ఆలోచనలను విచ్ఛిన్నం చేస్తుందని కాదు అది విశ్వాసానికి మరింత స్పష్టతనిచ్చి, ఆలోచనకు మరింత ధైర్యం కలిగించాలనే ప్రయత్నమేనని దృఢంగా నిశ్చయంగా భావిస్తున్నాను.

सत्यं वद।

धर्मं चर।

स्वाध्यायान्मा प्रमदः।

సత్యం వద ।

ధర్మం చర ।

స్వాధ్యాయాన్మా ప్రమదః ।

— *తైత్తిరీయ ఉపనిషత్*

సత్యానికి ప్రచారం అవసరం లేదు, భయపడేది ఎప్పుడూ అసత్యమే. మతం మనిషిని సృష్టించలేదు, మనిషే మతాన్ని సృష్టించాడు. మతాన్ని తనకంటే మహత్తుగా నిలబెట్టిన క్షణంలో మనిషి తన స్వేచ్ఛను తానే బంధనంలో పెట్టుకున్నాడు.

మనిషి తన హృదయం, తన ఆలోచనలు, తన క్రియల ద్వారా జీవితాన్ని, సత్యాన్ని, ధర్మాన్ని ఆవగాహన చేసుకొని, శాంతి, సమాధానం, సుఖాన్ని పొందవలసి వుంది. ప్రతి అడుగు ప్రశ్నించబడినది, ప్రతి ఆలోచన లోతైన పరిశీలనకు లోనై, ప్రతి విశ్వాసం తెలివిగా, ప్రకాశవంతంగా ఉండినప్పుడే మానవతాభివృద్ధి సాధ్యం. స్వీయవిశ్లేషణతో, ఆలోచనలో అంచెలు వేస్తూ, అన్వేషణలో నిత్యమూ, నిరంతరంగా ముందుకు సాగితేనే ఆత్మచైతన్యం

వెలుగు చూపుతుంది. మతం మనల్ని నియంత్రించడానికి కాక, మనలోని మానవత్వాన్ని, నైతికతను, ధర్మాన్ని పునరుద్ధరించడానికి మార్గదర్శకంగా నిలుస్తుంది. భయం, అంధ విశ్వాసం, అనవసర నియమాలు మన ఆలోచనను కమ్మలేకపోతాయి. వాస్తవం, సత్యాన్వేషణ, మానవతా భావం మాత్రమే మన హృదయాలను పరిమళింప చేస్తాయి.

ఈ గ్రంథం ప్రతి పుట నుండి తెలుసుకోవాల్సిన విషయం సత్యం, ధర్మం, మానవత్వం, ఆత్మచైతన్యం అన్నీ మనలోనే ఉన్నాయి. విశ్వాసం ప్రశ్నలకు అడ్డుగా కాక, ఆలోచనలకు వెలుగుగా మారాలి. మనం ప్రతి అడుగు, ప్రతి ఆలోచన, ప్రతి విశ్వాసం తో వెలగబడి, జీవితాన్ని స్ఫూర్తిదాయకంగా, పరిపూర్ణంగా గడిపే మార్గాన్ని స్వయంగా నిర్మించగలం.

మతాన్ని తిరిగి మనిషి స్థాయికి, మానవీయతను తర్కం, నైతికత శిఖరాగ్ర స్థాయికి తీసుకువచ్చే ఆలోచన యాత్రగా ఈ గ్రంథం నిలుస్తుంది. ప్రతి ప్రశ్నకు సమాధానం ఇక్కడ లభించకపోవచ్చు. కాని ప్రశ్నించే ధైర్యం, తెగువ పాఠకుడి చేతుల్లో ఆయుధంగా మిగిలితే అదే ఈ గ్రంథం కోరుకునే పరమార్థం, అదే దీని సంపూర్ణత.

एकं सद् विप्रा बहुधा वदन्ति।

సత్యం ఒక్కటే, జ్ఞానులు దానిని అనేక విధాలుగా పలుకుతారు.

— *ఋగ్వేదం 1.164.46*

సంతనూతలపాడు (నూతలపాటి నాగేశ్వర రావు)

31.01.2026 గ్రంథస్రష్ట

1

విశ్వ సృష్టి - మత విశ్వాసాల ఆవిర్భవ నేపథ్యం

విశ్వం ఉద్భవం రహస్యంతో మొదలైన ప్రయాణం, మనిషి ఆలోచన వికసించిన క్షణం నుంచి దాన్ని తెలుసుకోవాలనే కుతూహలం, వేదన అతడ్ని వెంటాడుతూనే ఉంది. విశ్వం ఎలా ఆవిర్భావ అనుయోగమే శాస్త్రానికి పునాది, తత్వానికి ప్రాణం, మతానికి మూలం. ఆకాశం, నక్షత్రాలు, సూర్యుడు, చంద్రుడు ఇవన్నీ ఆదిమ మనిషికి ఆశ్చర్యం కలిగించాయి. అతడికి కలిగిన ఆశ్చర్యమే మొదటి జ్ఞానం. అర్థం కాని దాన్ని అర్థం చేసుకునే ప్రయత్నమే మానవ నాగరికతకు అంకురం.

శాస్త్రీయంగా విశ్వ సృష్టి ఆధునిక విజ్ఞానం వివరించబడిన మహా విస్ఫోటన సిద్ధాంతం. శాస్త్రం ప్రకారం విశ్వం సుమారు 13.8 వందల కోట్ల సంవత్సరాల క్రితం అత్యంత ఘనమైన, వేడైన బిందువు స్థితి నుండి అకస్మాత్తుగా విశ్వవ్యాప్తంగా విస్తరించడం ద్వారా జన్మించింది.

విశ్వారంభ భావన **'నాసదాసీన్నో సదాసీత్ తదానీం'** ఋగ్వేదం (నాసదీయ సూక్తం). ఆది కాలంలో సత్తా ఉందా, అసత్తా ఉందా లేదా రెండింటికీ అతీతమైన ఏదో నిశ్శబ్ద స్థితి ఉందా? ఈ ప్రశ్నతోనే మానవ చైతన్యం తొలిసారి ఆకాశాన్ని ప్రశ్నించింది. అదే ప్రశ్న మతానికి మూలమైంది. అదే ప్రశ్న శాస్త్రానికి దారితీసింది. మనిషి అరణ్యాలలో జీవించిన యుగంలో ఆకాశం అతనికి పైకప్పు, మెరుపు అతనికి దేవత, మరణం అతనికి రహస్యం. ఆ రహస్యానికి అర్థం ఇవ్వాలనే ప్రయత్నమే సృష్టి కథలు.

సృష్టి కథ మానవ అవసరం. ప్రతి మతం ఒక సృష్టి కథను చెప్పింది. ఎందుకంటే మనిషికి ప్రతి ప్రయాణానికి ఆరంభ బిందువు కావాలి. ఒక నది ప్రయాణాన్ని అర్థం చేసుకోవాలంటే మూలాన్ని తెలుసుకోవాలనుకున్నట్టే, జీవితాన్ని అర్థం చేసుకోవాలంటే విశ్వానికి మూలం కావాలని మనస్సు కోరింది. అందుకే వేదాల్లో హిరణ్యగర్భుడు, బైబిల్‌లో దైవ వాక్యం, ఖురాన్‌లో సృష్టికర్త ఆజ్ఞ. ఇవన్నీ ఒకే మానవ అవసరానికి వేర్వేరు భాషలు.

శాస్త్రం ప్రవేశం, బిగ్ బ్యాంగ్, కాలచక్రం తిరిగింది. మనిషి మతపరమైన కథల నుంచి పరిశీలన వైపు నడిచాడు. టెలిస్కోప్ పుట్టింది. గణితం మార్గదర్శకమైంది. అక్కడే పుట్టింది బిగ్ బ్యాంగ్ సిద్ధాంతం. 'విశ్వం విస్తరిస్తోంది' ఇదే శాస్త్రం కనుగొన్న మొదటి సత్యం. విస్తరణ మొదలైన క్షణమే నిజమైన ఆరంభమా?

రోజర్ పెన్రోస్, నిశ్శబ్దాన్ని ప్రశ్నించిన శాస్త్రవేత్త. శాస్త్రాన్ని నిద్రలేపి అడిగిన ప్రశ్న, ఒక ఉపనిషత్తు ప్రశ్నలాంటిది, బ్రహ్మాండం ఎక్కడి నుంచి వచ్చిందని కాదు, బ్రహ్మాండం ఆరంభం అనే భావన అవసరమా? ఇక్కడే ఆయన సిద్ధాంతం కాన్ఫార్మల్ సైక్లిక్ కాస్మాలజీ పుట్టింది.

వేదాంత ప్రతిధ్వని, వేదాలు కాలాన్ని రేఖగా చూడలేదు. వలయంగా చూశాయి. **'యుగానాం పరివర్తనం'** ఇది పురాణ దృష్టి. సృష్టి – స్థితి – లయ మళ్లీ సృష్టి. రోజర్ పెన్రోస్ చెప్పిన చక్ర విశ్వ భావన. ఆధునిక గణితంలో వేదాంత ప్రతిధ్వనిలా వినిపిస్తుంది. ఒక విశ్వం ముగియడం, అనగా శూన్యమవడం కాదు. మరో విశ్వానికి బీజమవడం. ఉపమానం చెప్పాలంటే, ఒక దీపం ఆర్పడమే. చీకటి పుట్టుక కాదు, మరో వెలుగుకు అవకాశం.

ఆరంభం అనే భ్రమ, మనిషి ఆరంభాన్ని కోరుకుంటాడు. ఎందుకంటే అతనికి మరణం తెలుసు. ఆరంభం ఉందంటే ముగింపూ ఉంటుందని అతని మనస్సు

భావిస్తుంది. కాని విశ్వం మనిషి భాషలో ఆలోచించదు. 'కాలః స్వభావః' కాలమే స్వభావం. రోజర్ పెన్రోస్ చెప్పింది కూడా ఇదే, కాలానికి ఆరంభం అవసరం లేదు. కాలం ప్రవాహమే నిజం.

'యతో వాచో నివర్తంతే, అప్రాప్య మనసా సహ' తైత్తిరీయ ఉపనిషత్ అనేది వేదకాలానికి చెందిన ముఖ్యమైన ఉపనిషత్తు, ఇది కృష్ణ యజుర్వేదంలో భాగం, ఇందులో మూడు భాగాలు (వల్లులు) ఉన్నాయి. శిక్షావల్లి (ధ్వనిశాస్త్రం, నైతిక బోధనలు), బ్రహ్మానందవల్లి (బ్రహ్మ తత్వం, ఆనందం) మరియు భృగువల్లి (భృగువు తపస్సు ద్వారా బ్రహ్మజ్ఞానం పొందడం). ఇది సత్యం, జ్ఞానం, అనంతం అయిన బ్రహ్మను తెలుసుకోవడం యొక్క ప్రాముఖ్యతను, అలాగే 'సత్యం పలుకు, ధర్మం అనుసరించు, గురువును దైవంగా భావించు' వంటి నైతిక సూత్రాలను బోధిస్తుంది. ఎక్కడ మాటలు ఆగిపోతాయో, అక్కడే తత్వం మొదలవుతుంది. విశ్వానికి ఆరంభం లేకపోతే మనిషి జీవితానికి అర్థం ఉండదా? ఈ సందేహమే మతం మనస్సులో నాటిన భయం. కాని వేదాంతం మరో సత్యాన్ని సూచిస్తుంది. అర్థం ఆరంభంలో కాదు, అనుభవంలోనే జన్మిస్తుంది. మతం ఎందుకు ఆరంభాన్ని ప్రతిపాదించింది? ఆరంభం ఉన్నచోట అధికారానికి పునాది ఏర్పడుతుంది. సృష్టికర్తను స్థాపిస్తే వ్యాఖ్యాత అవసరం అవుతుంది. వ్యాఖ్యాత ఉన్నచోట పూజారి వ్యవస్థ జన్మిస్తుంది. మత చరిత్ర అంతటా ఈ శ్రేణి స్పష్టంగా కనిపిస్తుంది. కాని వేదాంత దృష్టి వేరే 'అహం బ్రహ్మాస్మి' సృష్టి ఎక్కడో బయటన కాదు, మనిషి చైతన్యంలోనే ఆవిర్భవిస్తుంది.

'నేను ఎక్కడ పుట్టాను?' అని నది అడిగితే సముద్రం నవ్వుతుంది. ఎందుకంటే నది తానే ఒకప్పుడు సముద్రం నుంచి ఆవిరై, మళ్లీ నదిగా మారిందన్న సత్యం దానికి తెలియదు. మనిషి కూడా అంతే. 'సత్యం ఎవరి స్వంతం కాదు. అది నమ్మకంలో కాదు, అన్వేషణలో వెలుగుతుంది' విశ్వానికి ఆరంభం ఉందా లేదా

అన్నది కన్నా, మనిషి ప్రశ్నించ గలుగుతున్నాడా అన్నదే ముఖ్యము. ప్రశ్నించే మనస్సే ఆధ్యాత్మికం. ఆలోచించే మనస్సే మానవత్వం.

విశ్వానికి తొలుత, మునుపు, ముందర, ప్రథమం అనే పదాలకు అర్థం లేదు. ఇలాంటి స్థాయిలో శాస్త్రం తత్వ ప్రశ్నల వద్దే నిలిచిపోతుంది. విశ్వం ఎలా పుట్టిందనేది శాస్త్రం కొంతమేరకు వివరించ గలిగింది. ఎందులకు, ఏ ప్రయోజనం కొరకై, దేనికొరకై ఉద్భవించింది. ఇక్కడనుండే తత్వం, మత విశ్వాసంకు అంకురార్పణ జరిగింది. ఇది శాస్త్రం చెప్పిన తర్వాత అవశేషమైన, శేషించిన పృచ్ఛ, అనుయోగము, సందేహము.

శాస్త్రీయ అనిశ్చితి మత విశ్వాసానికి త్రోవ. సహజంగా మనిషి అనిశ్చితిని భరించలేడు, క్షమించలేడు, సహించలేడు. అర్థం లేని అయోమయ పరిస్థితిని అంగీకరించలేడు. అందుకే ఎవరో చేశారు అనే భావన, ఏదో అదృశ్య శక్తి, అతీత శక్తి ఉందనే నమ్మకం. ఇది అజ్ఞానం కాదు, అవివేకం కూడా కాదు మనిషికి అవసరమైన మానసిక సంతృప్తికి ఇది ఒక సహజ అవసరం. మనస్సులో ఏర్పడిన శూన్యతను పూరించే ఒక అంతర్ముఖ వండలి మాత్రమే.

ప్రకృతి నియమాల పట్ల ఆశ్చర్యం, సృష్టికర్త భావన, ప్రకృతిలో గోచరించే నియమాలు, గురుత్వాకర్షణ, కాంతి వేగం, అణు నిర్మాణం. జీవానికి అనుకూలమైన భౌతిక స్థిరాంకాలు. వీటిని పరిశీలించి మనిషి అడిగిన అనుయోగము, ఇంతటి క్రమబద్ధత యాదృచ్ఛికంగా ఎలా వచ్చింది? ఇక్కడినుంచే సృష్టికర్త, దైవ శక్తి, బ్రహ్మ, దేవుడు, అల్లాహ్ అనే వివిధ ఆధ్యాత్మిక భావనలు రూపుదిద్దుకున్నాయి. ఇవి శాస్త్రానికి ప్రతికూలమైనది కాదు, ఇది శాస్త్రం మిగిల్చిన శూన్యతకు భర్తియే మానవ దైవ రూప స్పందన.

నైతికత అనేది విశ్వసృష్టితో అనుసంధానమైన మానవ అన్వేషణ. విశ్వం ఎలా ఆవిర్భవించిందన్న ప్రశ్నతో పాటు 'మన జీవితం అర్థవంతమా?' అనే

మరో సవాలు మనిషిని కలచివేసింది, వ్యాకుల పరిచింది. ఆ అంతర్మథన క్షణం నుంచే నైతికత జన్మించింది. విశ్వం అర్థరహితమైతే మరి మానవ జీవిత పరమార్థం ఏమయుంటుంది? విశ్వం యాదృచ్ఛికమే అయితే మనిషి వేదనలకు అర్థం, మంచి చెడులకు విలువ ఉంటుందా? ఈ భీతి, ఆందోళనల నుంచే ధర్మం, న్యాయం, పాప, పుణ్య భావనలు అవతరించాయి.

నైతిక క్రమానికి దైవ భావన, మనిషి ప్రత్యయం ఈ విశ్వానికి ఒక నియమ శ్రేణిని కలిగి ఉంటే మన జీవితానికి కూడా ఒక నైతిక క్రమం ఉండి ఉండాలి. ఆ నైతిక వ్యవస్థకు దేవుడు నియమకర్తగా రూపాంతరం చెందడంతో మతం నియమాల రూపంలో అవతరించింది.

ఆకాశం నుండి ఆత్మ వరకు మత విశ్వాసం మానవ ఆధ్యాత్మిక వికాసం, ప్రారంభ మతాలు ప్రకృతి ఆధారితవి, సూర్యుడు, చంద్రుడు, వర్షం తరువాత సృష్టికర్త దేవుడు, నైతిక దేవుడు, కరుణామయుడు. దీని పరమార్థం మతం, శాస్త్రంలాగానే క్రమంలో పరిణామం చెందింది.

విశ్వ సృష్టి శాస్త్రీయంగా వివరణ పొందింది, కాని ఆ వివరణ వెనుక ఉన్న తుది కారణం ఇప్పటికీ ఒక అనుయోగంగానే మిగిలింది. ఆ అనుయోగమే మత విశ్వాసానికి తొలి బీజంగా మారింది. మతం అజ్ఞానం కాదు, అది మనిషి మానసిక సమతుల్యతకు, నైతిక చైతన్యానికి అవసరమైన ఒక మానవ అవసరం. మనిషి అభ్యున్నతికి అసలైన అడ్డంకి మతం కాదు, దాని చుట్టూ పేరుకుపోయిన అపోహలు, అంధ విశ్వాసాలు మాత్రమే. అవి తొలగిన రోజే, మతం మానవత్వంగా, నమ్మకం అవగాహనగా రూపాంతరం చెందుతుంది.

విశ్వాసాలు మానవ అనుభవంలో ఒక వాస్తవం. శాస్త్రవేత్తలు మతానికి శత్రువులు కాదు, అలాగే అంధ విశ్వాసాల బందీలు కూడా కాదు. ఐన్‌స్టీన్ 'కాస్మిక్ రిలిజియస్ ఫీలింగ్' ద్వారా విశ్వ మహత్తును వినయంగా అనుభూతి చేశాడు,

న్యూటన్ సృష్టికర్తపై విశ్వాసంతో సృష్టి క్రమాన్ని అర్థం చేసుకునే ప్రయత్నం చేశాడు. మ్యాక్స్ ప్లాంక్ శాస్త్రం ఆధ్యాత్మికతల మధ్య సమన్వయాన్ని ఆలోచించాడు. వీరు దేవుడిని నిర్వచించలేదు, కాని విశ్వ రహస్యాల ముందు వినయంతో, శాస్త్రీయ నిబద్ధతతో నిలిచారు.

2

నైతిక అవసరాలు - మత విశ్వాసాల రూపకల్పన

విశ్వం ఎలా పుట్టిందన్న ప్రశ్నకు శాస్త్రం అవశేష అనుబంధాల ద్వారా వివరణ ఇచ్చింది. కాని మనిషి మనసును కలిచివేసిన అసలైన ప్రశ్న 'ఈ విశ్వంలో నేనెందుకున్నాను?' ఇది శాస్త్రపరమైన పృచ్ఛ కాదు, ఇది ఒక అస్తిత్వ పృచ్ఛ. ఈ ప్రశ్న నుంచే తత్వం పుట్టింది, నైతికతకు ఆకారం వచ్చింది, మత విశ్వాసానికి మొదటి వెలుగు లభించింది.

మరణ భయం మత విశ్వాసానికి అత్యంత బలమైన కారకం, మనిషి ప్రత్యేకత ఏమిటంటే తాను చనిపోతానని తెలిసిన ఏకైక జీవి. ఈ అవగాహన భయాన్ని పుట్టించింది, అర్థాన్ని వెతికింది, కొనసాగింపును కోరుకుంది. మరణం అర్థరహితమైతే మరి జీవితం? మనిషి ఇలా ఆలోచించాడు, నేను పుట్టి బాధపడి చివరికి అంతమైపోతే ఈ జీవితం ఎందుకు? ఈ ప్రశ్నకు సంతృప్త సమాధానం ఇవ్వకుంటే నిరాశ, శూన్యత, అర్థహీనత అనే భావాలతో మనసు ఆందోళనకు గురయ్యేది.

ఆత్మ మరియు పరలోక భావన, ఆత్మ అమరత్వం, స్వర్గం, నరకం, పునర్జన్మ అనే భావనలు పుట్టాయి. ఇవి శాస్త్రీయ నిరూపణలు కావు, మానవ మానసిక ఆధ్యాత్మిక అవసరాలు. మతం ఇక్కడే భయానికి ఊరట, మరణానికి అర్థం పరమార్థం ఇచ్చింది.

మానవ బాధలు మరియు న్యాయ అవసరం, ప్రకృతిలో మంచి వారికి కష్టం, చెడు వారికి సుఖం. ఈ అన్యాయం చూసి మనిషికి కలిగిన ధర్మ సందేహం న్యాయం

ఎక్కడ? భౌతిక లోకంలో న్యాయం లేకపోతే? మనిషి ఊహించి అంచనా వేసుకున్నాడు. ఈ లోకంలో లభించకున్నా, మరో లోకంలో న్యాయం లభిస్తుంది. ఈ భావన నుంచే పాప పుణ్యం, కర్మ సిద్ధాంతం, దైవ న్యాయ వ్యవస్థ పుట్టుకొచ్చాయి.

దేవుడు కేవలం సృష్టికర్తగా కాదు, నైతిక నియంత్రణగా పర్యవేక్షకుడయ్యాడు. ఇది సమాజంలో క్రమాన్ని స్థిర పరచింది, స్వార్థాన్ని కొంత మేరకు నియంత్రించ గలిగింది.

సామాజిక జీవితం మతంతో అనుసంధానమై ఉంది, ఎందుకంటే మనిషి ఒంటరి జీవి కాదు అతడు సమూహ జీవి. సమూహ జీవనానికి నియమాలు అవసరం, విశ్వాసం అవసరం, ఐక్యత అవసరం. ఈ అవసరాల నుంచే మతం సామాజిక నిర్మాణంగా రూపుదిద్దుకుంది, సమాజానికి ఒక సామూహిక చైతన్యాన్ని అందించింది.

మతం వ్యక్తిగత విశ్వాసాన్ని సామాజిక అనుభవంగా మార్చే అనుసంధానం, మతం ఒకే కథ, ఒకే చిహ్నం, ఒకే విలువలు ఇవ్వడం ద్వారా గుంపులను సమాజాలుగా మార్చింది. నైతిక నియమాల సంకేత భాష, చంపవద్దు, దొంగతనం చేయవద్దు, అబద్ధం చెప్పవద్దు, ఇవి శాస్త్రీయ సిద్ధాంతాలు కావు, కాని సమాజ స్థిరత్వానికి అవసరం కనుకనే మతం వీటికి దైవాధారం ఇచ్చింది.

మతం లేకుండానే నైతికత సాధ్యమా? ఇది ఆధునిక మనిషి ముందుంచిన అత్యంత ముఖ్యమైన తాత్విక ప్రశ్న. శాస్త్రం సమాధానం నైతికత జీవ పరిణామం నుంచే వచ్చింది, సహకారం మనుగడకు అవసరం. సాధారణ మనిషికి తత్వపరమైన వివరణ కష్టం. అందుకే మతం నైతికతను సులభ కథలుగా మార్చింది. సమస్య మతం కాదు, నైతికతను భయంతో బంధించడమే సమస్య.

శాస్త్రం ఎదిగిన తరువాత మతం పరిస్థితి, శాస్త్రం అద్భుతాలకు కారణాలు చెప్పి భయాన్ని కొంత మేర తగ్గించ కలిగింది. ఫలితంగా పాత మత వివరణలు

శిధిలమయ్యాయి. కాని మానవ అవసరాలు సంపూర్ణంగా మాయ కాలేదు. అందుకే మతం రూపం మార్చుకుంది, ఆధ్యాత్మికతగా మారింది.

ఆధునిక యుగంలో శాస్త్రం, మతం సహజీవనమెలా సాధ్యం, పరిధుల స్పష్టత, శాస్త్రం, మతం, తత్వం ఎందుకు? ఈ పరిధులు కలవకపోతే సంఘర్షణ ఉండదు. మతం భయాన్ని వదిలినప్పుడు, ఆధునిక మతం అద్భుతాలను వదలాలి, అంధ విశ్వాసాలను త్యజించాలి, మానవ విలువలపై దృష్టి పెట్టాలి. శాస్త్రం వినయాన్ని నేర్చుకున్నప్పుడు, శాస్త్రం అన్నీ తెలుసుకున్నానని చెప్పకూడదు, తుది అర్థాల విషయంలో వినయంగా ఉండాలి.

నైతికంగా మతం భవిష్యత్తు దిశ, భవిష్యత్తులో మతం సంస్థ కాదు, రాజకీయ ఆయుధం కాదు, భయ వ్యాపారం కాదు. అది ఉండాల్సింది వ్యక్తిగత ఆధ్యాత్మిక మార్గదర్శిగా, సామాజిక నైతిక ప్రేరణగా మాత్రమే.

విశ్వం పుట్టింది, మనిషి ఆశ్చర్యపడ్డాడు, అర్థం వెతికాడు, భయపడ్డాడు, నైతికత కోరుకున్నాడు, దేవుడిని ఊహించాడు, మతాన్ని నిర్మించాడు. ఇది అజ్ఞానం కాదు, ఇది మానవ సహజ పరిణామం. శాస్త్రం మతానికి శత్రువు కాదు, మతం శాస్త్రానికి ప్రత్యర్థి కాదు, రెండూ తమ పరిధుల్లో సత్యాన్వేషణే. కాని భయం కలిగిన మతం హింసకు దారి తీస్తుంది. అవగాహన ఉన్న ఆధ్యాత్మికత శాంతికి దారి తీస్తుంది.

విశ్వం పుట్టిన రోజు మనిషి ప్రశ్న మొదలైంది. ఆ ప్రశ్నకు శాస్త్రం ఒక దారి, మతం మరో దారి. రెండూ కలిసినప్పుడు మనిషి అర్థవంతమైన జీవితం. అదే ఈ అంశానికి శాస్త్రీయ నైతిక ముగింపు.

3

శిలాయుగపు మత విశ్వాసాలు

మత ధర్మాల ఆరంభాన్ని వెతుక్కోవాలంటే మనిషి మొదట మానవుడిగా రూపుదిద్దుకున్న శిలాయుగం వైపు వెళ్ళక తప్పదు. ఎందుకంటే అదే మానవుడి ఆధ్యాత్మిక అన్వేషణకు మొదటి పుట. శిలాయుగపు మనిషి రాతి ఆయుధాలతో వేటాడుతూ, ప్రకృతితో పోరాడుతూ జీవించాడు. జీవన యాత్రలో ఒక దశలో తనకంటే శక్తివంతమైన ఒక 'అజ్ఞాత శక్తి' ఉందని గుర్తించాడు. ఆ శక్తినే గౌరవిస్తూ, భయపడుతూ, కొన్ని చిహ్నాలు, ఆచారాలు అభివృద్ధి చేసుకున్నాడు. అదే మత ధర్మపు మూలం.

మతం అంటే ఏమిటి, దేవుడు సర్వ కాలాల్లోనూ ఉన్నాడా అదే జంతువును పవిత్రంగా లేదా మనిషి తన భయాల నుంచే దేవుణ్ని సృష్టించు కున్నాడా? ఈ ప్రశ్నలకు సమాధానం వెతకడమంటే వేల సంవత్సరాల మానవ చరిత్రను వెనక్కి తిరిగి చూడటమే. మత ధర్మాల ఆరంభాన్ని తెలుసుకోవాలంటే రాజ్యాలు, గ్రంథాలు, ప్రవక్తలు, దేవాలయాలు మొదలైన వాటి దగ్గర నుంచి కాదు, మనిషి మొదటిసారి మనిషి గా ఆలోచించడం మొదలుపెట్టిన క్షణం నుంచి ప్రారంభించాలి. ఆ క్షణం మనల్ని తీసుకెళ్లేది శిలాయుగం వైపు.

శిలాయుగం అంటే కేవలం రాతి పనిముట్లు కాదు. అది మనిషి మానసిక పరిణామానికి మొదటి ప్రయోగశాల. అక్కడే భయం, ఆశ, ఆశ్చర్యం పుట్టాయి. అదే క్రమంలో ఆధ్యాత్మిక ఆలోచనల బీజం పడింది.

శిలాయుగం అనేది సుమారు 25 లక్షల సంవత్సరాల క్రితం ప్రారంభమై,

క్రీ.పూ. 3000 ప్రాంతం వరకు కొనసాగిన దీర్ఘకాలం. దీన్ని మూడు దశలుగా పూర్వ శిలాయుగం, మధ్య శిలాయుగం, నూతన శిలాయుగమని విభజించవచ్చు.

ఈ దశలన్నిటిలోనూ మానవుడు కేవలం శారీరకంగా మాత్రమే కాదు, మానసికంగా, భావోద్వేగంగా, ఆలోచనా పరంగా కూడా మార్పులకు లోనయ్యాడు. మత విశ్వాసాల మూలాలు ముఖ్యంగా పూర్వ శిలాయుగం చివరి దశలో, మరింత స్పష్టంగా నూతన శిలాయుగంలో కనిపిస్తాయి.

శిలాయుగపు మనిషి జీవితం అత్యంత కఠినమైనది. గుహలు, చెట్ల కింద, కొండల మధ్య నివాసం. వేట, అడవి పండ్లు, కందమూలాలు ఆహారం. అడవి జంతువులు, వాతావరణం, ఆకలి, వ్యాధులు శత్రువులు. భద్రత శూన్యం. ఈ పరిస్థితుల్లో జీవిస్తున్న మనిషికి ప్రతి రోజు వేసుకున్న ప్రశ్న నేను ఈ రోజు బతుకుతానా... లేదా? ఈ నిరంతర అనిశ్చితి నుంచే భయం పుట్టింది, భయం నుంచి ఆలోచన పుట్టింది, ఆ ఆలోచనే మతానికి పునాది అయ్యింది.

శిలాయుగపు మనిషి ముందు ప్రకృతి ఒక మహా శక్తి. మెరుపులు, ఉరుములు, తుఫానులు, అగ్ని, వరదలు, ఎండలు, చంద్రుడు, సూర్యుడు. ఇవన్నీ అతనికి అర్థం కాని విషయాలు. అతను అనుకున్నాడు నేను కాదు, నాకంటే పెద్ద శక్తి ఏదో ఉంది. ఇదే అజ్ఞాత శక్తి భావన. ఇది దేవుడు కాదు, మతం కాదు. ఇది భయంతో పుట్టిన గౌరవ సూచకం.

శిలాయుగపు మనిషి అజ్ఞాత శక్తిని, మెరుపు పడితే ఎవరో కోపపడుతున్నట్టు, వర్షం పడితే ఎవరో కరుణ చూపినట్టు, వేట దొరికితే ఎవరో అనుగ్రహించినట్టు, ఈ 'ఎవరో' నే తర్వాతి కాలంలో దేవుడు, దేవత, శక్తి, ఆత్మ, అనే పేర్లతో పిలవడం ప్రారంభించాడు. దేవుడిని మనిషి వెతకలేదు, పరిస్థితులు మనిషిని దైవ భావన వైపు నెట్టాయి.

భయాన్ని ఎదుర్కోవడానికి మనిషి ఏం చేశాడు? కొన్ని రాళ్లను ప్రత్యేకంగా

పెట్టాడు. కొన్ని జంతువులను పూజించసాగాడు. కొన్ని చోట్లకి భయంతో దగ్గరికి వెళ్లలేదు. ఇవే మొదటి ఆచారాలు. ఆచారం అంటే భయాన్ని నియంత్రించేందుకు మనిషి రూపొందించుకున్న ప్రవర్తన విధానం.

మనిషి మొదటిసారి ఆలోచించే క్షణంలోనే భయం పుట్టింది. జంతువులకు భయం మాత్రమే ఉంది, కాని మనిషికి భయంపై అవగాహన ఉంది. ఇదే ప్రధాన తేడా. శిలాయుగపు మనిషి భయపడ్డది మెరుపు, పిడుగు, అగ్ని, మరణం, అడవి జంతువులు, చీకటి, వ్యాధులకు. కాని అతనికి ఇవి ఎందుకు జరుగుతున్నాయి? ఈ ఎందుకు? అనే ప్రశ్నే మత ఆచారాలకు మూలం.

భయం ఒక్కోసారి మనిషిని స్థబ్దుగా చేసింది. కాని భయం దీర్ఘకాలంగా ఉంటే జీవితం అసాధ్యం. అందుకే మనిషి భయాన్ని తొలగించలేక పోయాడు, కాని నియంత్రించాలనుకున్నాడు, ఆ నియంత్రణ ప్రయత్నమే ఆచారం.

ఆచారం అంటే భయాన్ని లేదా అనిశ్చితిని ఎదుర్కొనేందుకు మనిషి పునరావృతంగా చేసే అర్థబద్ధమైన ప్రవర్తన విధానం. ఇది శాస్త్రీయంగా మానసిక సమస్యను పరిష్కరించే మార్గాలైన ఒత్తిడి, ఆందోళన, కష్ట సమయాలను ఎదుర్కోవడానికి మనస్సు ఉపయోగించే మార్గాలు మరియు వ్యూహాలు. ఇవి స్పృహతో లేదా అపస్మారక స్థితిలో అనుసరించే పద్ధతులు, ఇవి మానసిక సౌకర్యాన్ని ఇస్తూ పరిస్థితిని నియంత్రించడంలో సహాయపడతాయి, సామాజికంగా సామూహిక ప్రవర్తన, ఆధ్యాత్మికంగా పవిత్ర చర్య.

కప్పు గుంటల రాళ్లు, పురాతన రాళ్లు ఇవి ఆఫ్రికా, భారత్, యూరప్ లలో ప్రపంచవ్యాప్తంగా కనిపిస్తాయి. ఈ రాళ్లపై గుండ్రని చిన్న గుంటలు, క్రమబద్ధంగా చెక్కబడినవి. ఇవి ఆయుధాలకు, గృహ అవసరాలకు పనికిరావు. పురావస్తు శాస్త్రవేత్తల అభిప్రాయం ప్రకారం ఇవి ఆచార రాళ్లు, అంటే భయాన్ని శాంతింప జేయడానికి, ప్రకృతిని ప్రసన్నం చేయడానికి వాడిన చిహ్నాలు.

శిలాయుగాంతంలో కనిపించిన మరో ముఖ్య ఆధారం, ఒంటరిగా నిలబెట్టిన భారీ రాళ్లు, సమాధుల దగ్గర, కొండ శిఖరాలపై. ప్రశ్న ఎందుకు అక్కడే? సమాధానం ఆ ప్రదేశం భయంకరమైనది, మరణానికి సంబంధించినది. రాయి అంటే స్థిరత్వం, భయం అంటే అస్థిరత, రాయిని నిలబెట్టడం అంటే 'ఈ భయాన్ని నేను అదుపులో పెట్టాను'

పురావస్తు ఆధారాలు చెబుతున్నాయి, కొన్ని గోత్రాలు ఒకే జంతువును పదేపదే చిత్రించాయి, సమాధుల్లో ఆ జంతువు అవశేషాలు ఉంచాయి. టోటెమిజం అంటే ఆ జంతువులో శక్తి ఉందని నమ్మకం, అది గోత్రాన్ని కాపాడుతుందనే విశ్వాసం, భయం అడవి జంతువుల వల్ల వేట విఫలమవుతుందనే భయం. దీని పరిష్కారం అదే జంతువును పవిత్రంగా మార్చడం.

ఫ్రాన్స్ లాస్కాక్స్, స్పెయిన్ అల్టమిరా, భారతదేశం భీంబెట్కా లోని గుహా చిత్రాలు భారీ జంతువులు, వేట దృశ్యాలు, అర్ధ మానవ అర్ధ జంతు ఆకారాలు. ఇవి కళ కోసం కాదు, ఇవి ఆచార చిత్రాలు. వేటకు ముందు జంతువు చిత్రాన్ని గీయడం, దానిపై బాణం గీయడమంటే ముందే మనసులో జయించడమని అర్థం. ఇది భయ నియంత్రణ పద్ధతి.

శిలాయుగంలో కొన్ని ప్రదేశాలు దగ్గరకు ఎవరూ వెళ్లరు, పిల్లలను అనుమతించరు, రాత్రి నిషేధం ఇవి నిషిద్ధ ప్రాంతాలు, పురావస్తు ఆధారాలు అక్కడ మానవ నివాసం లేదు. అర్థం భయాన్ని గౌరవంగా మార్చడం, భయాన్ని నియంత్రించడం లాంటి ఆచార అవశేషాలు ఉన్నాయి.

మరణం శిలాయుగ మనిషికి అతిపెద్ద భయం. నియాండర్తల్ సమాధుల్లో శరీరాన్ని జాగ్రత్తగా ఉంచడం, పూల అవశేషాలు, పనిముట్లు చెబుతున్నాయి, మరణం అంతం కాదు, ఈ నమ్మకం భయాన్ని తక్కువ చేసింది, ఆచారాలకు బీజం వేసింది.

పురావస్తు ఆధారం సమాధుల్లో ఎరుపు మట్టిని పూయడం, ఎరుపు అంటే రక్తం, జీవితం, మరణంపై జీవన రంగు పూయడం. ఇది భయానికి ఎదురుగా ఆశ.

మొదట ఒక మనిషి చేసిన చర్య, తర్వాత గోత్రం అంతా అనుసరించింది. ఇక్కడే ఆచారం సామాజిక నియమంగా మారింది. శాస్త్రీయంగా మానసిక ఉద్వేగం తగ్గింది, నియంత్రణ భావన పెరిగింది. సామాజికంగా గోత్ర ఐక్యత, సహకారం, ఆచారం జీవన సాధనమైంది.

భయమే మతానికి మూలం, ఆ భయాన్ని నియంత్రించే పద్ధతిగానే ఆచారం పుట్టింది. రాళ్లు, జంతువులు, ప్రతీకలు, గుహా చిత్రాలు ఇవి అన్నీ ఆచార సాధనాలే అన్న విషయాన్ని పురావస్తు ఆధారాలు స్పష్టంగా నిర్ధారిస్తున్నాయి. భయం ఎలా ఆచారంగా మారిందో, ఆచారం ఎలా రాళ్లలో, జంతువుల్లో, గుహా చిత్రాల్లో రూపుదిద్దుకున్నదో మనిషి చరిత్ర మనకు చెబుతుంది.కాని ఇక్కడే అసలైన కీలక ప్రశ్న నిలుస్తుంది ఈ ఆచారాలు ఎలా పవిత్రమయ్యాయి? ఆచారం ఎప్పుడు, ఎలా దేవుడిగా మారింది?

పురావస్తు శాస్త్రంలో ముఖ్యమైన సూత్రం ఒకటుంది. ఒక చర్య పదేపదే ఒకే విధంగా జరిగితే అది సాధారణం నుంచి పవిత్రంగా మారుతుంది. శిలాయుగపు మనిషి ఒకే రాయిని, ఒకే ప్రదేశంలో, ఒకే సమయంలో పదేపదే ఉపయోగించాడు. ఈ పునరావృతమే పవిత్రతకు మొదటి మెట్టు.

ప్రపంచవ్యాప్తంగా కనబడిన ఆధారాలు ఒకే గుహలో మాత్రమే చిత్రాలు, నివాసం వేరే చోట, ఆచారం వేరే చోట. భీంబెట్కా (భారత్), లాస్కాక్స్ (ఫ్రాన్స్) నివాసప్రదేశానికి బయట, లోపల చిత్రాలు, చిహ్నాలు. స్థలం విభజన జరిగింది. దీని అర్థం 'ఇది సాధారణం కాదు పవిత్రం'

పురావస్తు పరిశోధనలలో కొన్ని ఆచారాలు, ఋతువుల మార్పుల సమయంలో, చంద్ర దశలతో జరిగినట్టు ఆధారాలు లభించాయి. పూర్తి చంద్రుడు,

వేట కాలం, వర్షాకాల ఆరంభం. కాలం కూడా పవిత్రమైంది.

మరో కీలక పరిణామం జరిగింది. గోత్రంలో అందరూ ఆచారం చేయలేదు, ఒకరు ముందుండి నడిపారు. షామన్ పురావస్తు ఆధారాలు ప్రత్యేక దుస్తులు, జంతు దంతాలు, ప్రత్యేక సమాధులు. ఈ వ్యక్తి సాధారణుడు కాదు. ఇక్కడే పూజారి భావన మొదలైంది.

వ్యాధి వస్తే ఒక ఆచారం, వేట విఫలమైతే మరో ఆచారం, మరణం ఎదురైతే మరొక ఆచారం, షామన్ పాత్ర ఇదే.'నేను ఆ అదృశ్య శక్తితో మాట్లాడాను' అని అతడు చెప్పగానే, భయం నెమ్మదిగా విశ్వాసంగా రూపాంతరం చెందింది.

పురావస్తు ఆధారాలతో పాటు మౌఖిక సంప్రదాయం కూడా కీలకం. ఒక ఆచారం వెనుక ఒక కథ, ఒక శక్తి, ఒక కారణం జోడించబడింది. ఈ రాయి కోపిస్తే వర్షం రాదు, ఈ జంతువు గోత్రాన్ని కాపాడుతుంది. ఇక్కడే దేవుని భావన జనించింది.

పురావస్తు శాస్త్రవేత్తలు గమనించిన విషయం ఒకే గుర్తు, ఒకే అర్థంతో తరతరాలుగా వాడబడింది. వృత్తం శాశ్వతత్వం, జంతువు శక్తి, ఎరుపు జీవితం, ఆచారం భాషగా మారింది.

ఇప్పుడు సమాధి అంటే భయ నివారణ కాదు, విశ్వాస ప్రకటన. మరణానంతరం ప్రయాణం, జీవితం, రక్షణ, ఇవి విశ్వాసాలు.

పురావస్తు ఆధారాలు సూచిస్తున్నాయి, కొన్ని ఆచారాలు తప్పనిసరి, ఉల్లంఘిస్తే శిక్ష. ఇది గోత్ర ఐక్యత కోసం. అర్థం నువ్వు ఆచారం పాటిస్తే గోత్రంలో వాడివి, ఇక్కడే మతం సామాజిక నియంత్రణ అయింది.

ఆచారం వల్ల అనిశ్చితి తగ్గింది, నియంత్రణ భావన పెరిగింది. భయం పూర్తిగా పోలేదు. అందుకే ఆచారాలు పెరిగి మరింత సంక్లిష్టమయ్యాయి.

కాలక్రమంలో ఆచారం మారకూడదు, మారితే అపశకునమనే భావన

పుట్టింది. ఇదే పవిత్ర చట్టంగా మారింది. పురావస్తు ఆధారాలు ఒకే ఆచారం, వేల సంవత్సరాల పాటు అదే విధంగా కొనసాగింది.

ఇప్పుడు మనం గమనిస్తున్నాం పవిత్ర స్థలం, పవిత్ర కాలం, పవిత్ర వ్యక్తి, పవిత్ర ఆచారం. ఈ నాలుగు కలిసి మత వ్యవస్థకు సంపూర్ణ ఆకారాన్ని అందించాయి.

శాస్త్రం చెబుతోంది ఇది మానవ జీవన వ్యూహం, మానసిక మనుగడ యంత్రాంగమంటే తీవ్రమైన ఒత్తిడి, భయం లేదా బాధాకరమైన పరిస్థితుల నుండి మనస్సును రక్షించుకోవడానికి మెదడు అవలంబించే ఉపచేతన పద్ధతులు. ఇవి తిరస్కరణ, అణచివేత వంటి మార్గాల ద్వారా మనశ్శాంతిని కాపాడతాయి. ఇవి తాత్కాలిక ఉపశమనాన్ని ఇస్తాయి కాని, దీర్ఘకాలంలో హానికరం కావచ్చు, సామాజిక సమైక్యత సాధనం. ఇది సమాజంలో ప్రజల మధ్య బంధాలను, పరస్పర విశ్వాసాన్ని, ఐక్యతను పెంపొందించడానికి ఉపయోగించే పద్ధతులు, కార్యక్రమాలు లేదా విధానాలను సూచిస్తుంది. మతం మనిషి సృష్టి, కాని అవసరం నుంచి పుట్టింది.

నేటి మతాల్లో కూడా ప్రత్యేక స్థలం, ప్రత్యేక కాలం, ప్రత్యేక దుస్తులు, ప్రత్యేక మాటలు. ఇవన్నీ శిలాయుగపు ఆచారాల పరిణామ రూపాలే. ఆచారం పునరావృతంతో పవిత్రమైంది. పవిత్రత నుంచి దేవుడు పుట్టాడు. దేవుడు నుంచి మత వ్యవస్థ ఏర్పడింది. పురావస్తు ఆధారాలు దీనిని బలంగా నిర్ధారిస్తున్నాయి. మనిషి భయపడకపోతే ఆచారం పుట్టేది కాదు. ఆచారం లేకపోతే మతం పుట్టేది కాదు. మత చరిత్ర అంటే భయాన్ని అర్థం చేసుకున్న చరిత్ర.

శిలాయుగపు మనిషి కొన్ని జంతువులను ప్రత్యేకంగా గౌరవించాడు. సింహం శక్తికి చిహ్నం, ఎలుగు ధైర్యానికి, పాము రహస్యానికి, ఎద్దు బలానికి ఇవి టోటెమ్స్. ఈ జంతువులో ఏదో శక్తి ఉంది. 'అది నన్ను కాపాడుతుంది' ఇక్కడే జంతు దేవతల భావన మొదలైంది.

శిలాయుగపు మత విశ్వాసాల్లో ముఖ్యమైనది అనిమిజం. దీని అర్థం చెట్టుకి

ఆత్మ ఉంది, రాయికి ఆత్మ ఉంది, నదికి ఆత్మ ఉంది, గాలికి ఆత్మ ఉంది. మనిషి తన చుట్టూ ఉన్న ప్రతిదానికీ జీవం ఉందని భావించాడు. ఇది అజ్ఞానం కాదు. ఇది తర్కానికి ముందు దశలోని ఆలోచన.

శిలాయుగపు మనిషిని అత్యంత కలవరపెట్టిన విషయం మరణం. నిన్న వరకూ మాట్లాడిన మనిషి ఈరోజు నిశ్శబ్దం, కదలిక లేదు, స్పందన లేదు. ఇతను ఎక్కడికి వెళ్లాడు? ఈ ప్రశ్న నుంచే పరలోకం, పునర్జన్మ, ఆత్మ వంటి భావనలు పుట్టాయి.

పూర్వ శిలాయుగాంత్య కాలంలో మనిషి సమాధులు నిర్మించడం ప్రారంభించాడు. శవంతో పాటు ఆయుధాలు, ఆహారం, అలంకరణ వస్తువులు. మరణం తర్వాత కూడా జీవితం ఉందని అతను నమ్మాడు, ఇది మత ధర్మాల చరిత్రలో మొదటి స్పష్టమైన ఆధారం.

ఫ్రాన్స్‌లోని లాస్కో, స్పెయిన్‌లోని ఆల్టామిరా గుహా చిత్రాలైన వేట దృశ్యాలు, జంతువులు, మానవ ఆకృతులు ఇవి కేవలం కళ కాదు. ఇవి ఆచారానికి ముందు చేసే మంత్రాచార రూపం, వేట విజయవంతం కావాలని వేసిన చిత్రాలు, ఇదే ఆశతో కూడిన ప్రార్థన.

శిలాయుగంలో దేవాలయాలు లేవు, గ్రంథాలు లేవు, పూజారులు లేరు అయినా మతం ఉంది. అది అనుభవం, భయం, ఆశ. ఇది సంస్థీకృత మతం కాదు ఇది కేవలం సహజ మానవ స్పందన.

శాస్త్రవేత్తల అభిప్రాయం ప్రకారం మతం పుట్టడానికి కారణాలు, భయాన్ని నియంత్రించుకోవడం, అనిశ్చితికి అర్థం కనుగొనడం, సామూహిక జీవనంలో క్రమం తెచ్చుకోవడం, నైతిక నియమాలకు మూలం కల్పించడం అంటే, మతం దేవుడి కోసం కాదు, మనిషి మనిషిగా ఉండటానికి.

శిలాయుగపు మత విశ్వాసాలు మనకు చెప్పేది ఒక్కటే మతం మనిషిని

సృష్టించలేదు, మనిషే మతాన్ని సృష్టించాడు. మత ద్వేషంతో కాదు, భయంతో, ఆశతో, అర్థం కోసం సృష్టి చేసుకున్నారు.

నూతన శిలాయుగం నుండి గోత్ర మతాల వరకు వ్యవస్థీకృత ఆచారాల ఆరంభం. మతం దేవాలయాల్లో పుట్టలేదు, గ్రంథాల్లో జన్మించలేదు. అది భయం, ఆశ, అజ్ఞాత శక్తి భావనల మధ్యలో మానవ మనస్సులో ఆవిర్భవించింది.

ఆ అనుభవాత్మక మతం ఎలా వ్యవస్థగా మారింది, వ్యక్తిగత భయం ఎలా సామూహిక విశ్వాసంగా రూపాంతరం చెందింది? ఈ ప్రశ్నలకు సమాధానం లభించేది నూతన శిలాయుగం లోనే.

నూతన శిలాయుగం సుమారు క్రీ.పూ. 10,000 – 3,000 మధ్యకాలంలో కొనసాగింది. ఈ కాలంలో జరిగిన మార్పులు మానవ చరిత్రను పూర్తిగా మలుపు తిప్పాయి. వేటగాళ్ల జీవితం నుంచి వ్యవసాయ జీవితం, సంచార జీవితం నుంచి స్థిర నివాసాలు, వ్యక్తిగత జీవితం నుంచి సామూహిక జీవనం, ఇవి కేవలం ఆర్థిక మార్పులు కాదు. ఆధ్యాత్మిక ఆలోచనలకూ కొత్త దిశ ఇచ్చిన మార్పులు.

వ్యవసాయం మొదలవడంతో, మనిషి జీవితం ప్రకృతిపై మరింత ఆధారపడింది. వర్షం పడితే పంట, వర్షం లేకపోతే క్షామం, వరద వస్తే వినాశనం. ఇప్పుడు ప్రకృతి కేవలం శత్రువు కాదు, దయ చూపే లేదా శిక్షించే శక్తిగా మారింది. అందుకే మనిషి భావించాడు ప్రకృతిని ప్రసన్నం చేసుకోవాలి, ఇక్కడే ప్రార్థన, బలులు, ఆచారాలు మరింత బలంగా ఏర్పడ్డాయి.

నూతన శిలాయుగంలో అజ్ఞాత శక్తి ఒక రూపం దాల్చింది. వర్షానికి ఒక శక్తి, భూమికి ఒక శక్తి, అగ్నికి ఒక శక్తి, సూర్యుడికి ఒక శక్తి, ఇవే ప్రకృతి దేవతలు. ఇవి వ్యక్తుల రూపంలో లేవు. ఇవి కార్యరూప దేవతలు. వర్షం ఇస్తే మంచిది, వర్షం ఆపితే శిక్ష. ఇక్కడ దేవుడు నైతికుడు కాదు, దేవుడు శక్తివంతుడు.

వ్యవసాయం ప్రారంభమైన వెంటనే భూమి ప్రాధాన్యం పెరిగింది. భూమి

పంట ఇస్తుంది, జీవనాధారం మరియు పోషిస్తుంది. ఇది తల్లి లక్షణం. అందుకే ప్రపంచవ్యాప్తంగా ఒకే భావన కనిపిస్తుంది .భూమితో సమానం తల్లి, ఇక్కడే మాతృ దేవత, భూమాత, సంతానోత్పత్తి దేవత వంటి భావనలు పుట్టాయి. ఇది పురుష దేవతలకంటే ముందుగా వచ్చిన దేవతా భావన.

వ్యవసాయం మరియు కుటుంబ వ్యవస్థలో సంతానం అవసరం. సంతానం లేకపోతే కుటుంబం అంతరించి పోతుంది, గోత్రం బలహీనమవుతుంది. అందుకే సంతాన దేవతలు, సంతానోత్పత్తి ఆచారాలు అనేవి మతపరమైన లేదా మాయా వేడుకలు, పురాతనమైనవి. మానవులు, జంతువులు, పంటలలో పునరుత్పత్తిని ప్రోత్సహించడానికి రూపొందించ బడ్డాయి. పెరుగుదల, మరణం, పునర్జన్మ యొక్క సహజ చక్రాలను ప్రతీకాత్మకంగా తిరిగి ప్రదర్శించడం లేదా ప్రేరేపించడం ద్వారా, నృత్యాలు, చిహ్నాలు (ఫాలస్ వంటివి), ప్రార్థనలు, త్యాగాలు లేదా పవిత్ర నాటకాలను ఉపయోగించి సమృద్ధి కోసం అనూహ్య శక్తులను ప్రభావితం చేస్తాయి.

లైంగికతకు పవిత్రత వంటి భావనలు మతంలో భాగమయ్యాయి. మొదటి ఆదిమ మతాల్లో లైంగికత పాపం కాదు, అది జీవనానికి మూలం.

నూతన శిలాయుగంలో మనిషి గోత్రాలుగా జీవించడం మొదలుపెట్టాడు. గోత్రం అంటే ఒకే వంశం, ఒకే భూమి, ఒకే ఆచారం, ఒకే విశ్వాసం. ఇక్కడే మతం వ్యక్తిగత అనుభవం నుంచి సామూహిక నియమంగా మారింది.

ప్రతి గోత్రానికి ఒక టోటెమ్, ఒక దేవత, ఒక కథ ఉంటుంది. ఈ గోత్రం పాముని పూజిస్తుంది. ఆ గోత్రం ఎద్దును పూజిస్తుంది. అవి కేవలం జంతువులు కాదు, అవి గోత్ర గుర్తింపులు. ఇక్కడే మతం సామాజిక ఐక్యతకు సాధనంగా మారింది.

గోత్ర జీవితం పెరిగినకొద్దీ అందరికీ ఆచారాలు తెలియవు. అందరూ ప్రకృతిని అర్థం చేసుకోలేరు. అందుకే కొన్ని ప్రత్యేక వ్యక్తులు ఎదిగారు మంత్రాలు చెప్పేవారు, సంకేతాలు అర్థం చేసేవారు, వ్యాధులు నయం చేసేవారు వీళ్లే శామన్లు,

ఆదిమ పూజారులు. ఇక్కడే మతం అధికారం పొందడం ప్రారంభించింది.

శామన్లు నమ్మినవి ఆత్మల లోకం ఉంది, మనిషి ఆత్మ బయటకు వెళ్లగలదు, వ్యాధి అనగా చెడు ఆత్మ ప్రభావం. శామన్ నృత్యం చేస్తాడు, మంత్రాలు చెబుతాడు, ట్రాన్స్‌లోకి వెళ్తాడు. ఇవన్నీ మనస్సుపై ప్రభావం చూపే మానసిక పద్ధతులు.

నూతన శిలాయుగంలో సమాధులు మరింత పద్ధతిగా మారాయి. దిశ నిర్దేశం, వస్తువులు, అలంకరణ ఇది సూచించేది మరణం తర్వాత ఒక లోకం ఉందన్న నమ్మకం బలపడింది. ఇక్కడే పరలోకం, పితృ లోకం, ఆత్మ ప్రయాణం వంటి భావనలు వ్యవస్థగా మారాయి.

గోత్ర జీవితం అంటే ఘర్షణలు, అందుకే నియమాలు అవసరమయ్యాయి. దొంగతనం చేయకూడదు, గోత్ర సభ్యులను చంపకూడదు, పెద్దలను గౌరవించాలి. ఈ నియమాలకు బలం ఇవ్వడానికి దేవుడు చూస్తున్నాడు, ఆత్మలు శిక్షిస్తాయి అనే భావనలు వచ్చాయి. ఇక్కడే మతం నైతిక నియంత్రణ సాధనంగా మారింది.

ఈ దశలో మతం అంటే పూజ మాత్రమే కాదు, భయం మాత్రమే కాదు. అది పుట్టుక, వివాహం, మరణం, పంట, యుద్ధం అన్నిటికీ సంబంధించిన పూర్తి జీవన వ్యవస్థ.

ఆధునిక శాస్త్రవేత్తల అభిప్రాయం ప్రకారం మతం జీవన అనిశ్చితికి సమాధానం, మతం సామాజిక క్రమానికి పునాది, మతం మానసిక భద్రత. అంటే మతం దేవుడి అవసరం వల్ల కాదు, సమాజ అవసరం వల్ల పుట్టింది.

నూతన శిలాయుగంలో దేవుడు వ్యక్తి కాదు, దేవుడు కథ కాదు. అతను ప్రకృతి, శక్తి, నియంత్రణ, భయం, ఆశ ఇవన్నిటి సమ్మేళనం.

4

సంస్థీకృత మతాల ఆవిర్భావం

దేవతలు, దేవాలయాలు మరియు సంస్థీకృత మతాల జననం. మతం ఎప్పుడు వ్యక్తిగత లేదా గోత్ర అనుభవంగా మిగలకుండా సంస్థగా మారింది? నగర నాగరికతల ఆవిర్భావంలో దానికి సమాధానం లభించింది.

సుమారు క్రీ.పూ 4000 – 1500 మధ్యకాలంలో ప్రపంచంలో కొన్ని ప్రధాన నాగరికతలు ఎదిగాయి మెసపొటేమియా టైగ్రిస్ యూఫ్రేటిస్, ఈజిప్టు నైల్ నది, సింధు లోయ ఇందస్, చైనా హువాంగ్ హో. ఇవి కేవలం పట్టణాలు కాదు, సంఘటిత సమాజాల మొదటి ప్రయోగాలు.

నగర జీవితం అనగా అధిక జనసాంద్రత, అధిక ఉత్పత్తి, అధిక ఆశలు అదే సమయంలో అధిక విభేదాలు. ఇలాంటి సంక్లిష్ట సమాజాన్ని ఎవరు నియంత్రించ గలరు? సైన్యం భయాన్ని మాత్రమే విధించగలిగింది, చట్టం ప్రవర్తనను మాత్రమే పరిమితం చేయగలిగింది. కాని మనిషి అంతర్మనసును నియంత్రించే శక్తి వీటికి లేదు. అప్పుడు రంగప్రవేశం చేసింది మతం బయట శాసనంగా కాదు, లోపల నియమంగా పనిచేసే శక్తిగా.

గోత్ర దశలో దేవుడు ప్రకృతి శక్తి, నగర దశలో దేవుడు నియంత్రకుడు, ఇప్పుడు దేవుడు ఆజ్ఞలు ఇస్తాడు, శిక్షలు విధిస్తాడు, రాజులకు అధికారం ఇస్తాడు, ఇది మతం యొక్క కీలక మార్పు.

నగర నాగరికతల్లో దేవతలు కోప్పడతాయి, కరుణ చూపుతాయి, యుద్ధం చేస్తాయి, వివాహం చేసుకుంటాయి. అంటే దేవుడు అధిక శక్తి గల మనిషి. ఇది ప్రజలకు అర్థం కావడానికి సులువు.

మొదటి దేవాలయాలు పూజ స్థలాలు కాదు, అవి ధాన్య గిడ్డంగులు, పన్నుల కేంద్రాలు. మెసపొటేమియాలోని జిగ్గురాట్లు ఇందుకు ఉదాహరణ. దేవాలయం అంటే భక్తి, ఆర్థిక వ్యవస్థ, అధికార కేంద్రం ల మేళవింపు.

ఇప్పుడు పూజారి దేవుని ప్రతినిధి, రాజుకు సలహాదారు, ప్రజలకు మార్గదర్శి. ఇక్కడే మతం ప్రత్యేక వర్గం చేతిలోకి వెళ్లింది. జ్ఞానం అంటే శక్తి, మంత్రం అంటే అధికారం.

నగర నాగరికతల్లో రాజు దేవుడి కుమారుడు లేదా దేవుడి ఎంపిక. ఈజిప్టులో ఫెరో అంటే దేవుడు. మెసపొటేమియాలో రాజు అంటే దేవుని ప్రతినిధి ఇది పాలనకు పవిత్రత ముసుగు. హమ్మురాబి చట్టాలు దేవుడు నాకు ఈ చట్టాలు ఇచ్చాడు. అంటే చట్టం అతిక్రమిస్తే దేవుని ఆజ్ఞ ఉల్లంఘన, శిక్ష దైవ శిక్ష. ఇది చట్టాలకు భయాన్ని జత చేసింది.

ఇక్కడే కొత్త భావన నేరం అంటే పాపం అంటే తప్పు చేస్తే రాజు కాదు, దేవుడు శిక్షిస్తాడు. ఇది మానసిక నియంత్రణకు అత్యంత శక్తివంతమైన ఆయుధం.

నగర నాగరికతల్లో పరలోకం భావన మరింత స్పష్టమైంది. ఈజిప్టులో హృదయ తూకం, మంచి చెడుల లెక్క. ఈ లోకంలో తప్పించుకున్నా మరొక లోకంలో శిక్ష తప్పదని చెబుతుంది.

సంక్లిష్ట మతాన్ని ప్రజలకు సరళంగా అర్థమయ్యేలా చేయడానికి పురాణాలు, ఇతిహాసాలు. వీటిలో దేవతల కథలు, సృష్టి కథలు, మహాప్రళయ కథలు నైతిక పాఠాలుగా మారాయి.

ఆదిమ దశలో మాతృ దేవత ప్రధానమైనది. నగర దశలో పురుష దేవతలు ముందుకు వచ్చాయి. స్త్రీ పాత్ర పరిమితం అయింది. ఇది పితృస్వామ్య వ్యవస్థ ప్రతిబింబం.

యుద్ధాలు కూడా పవిత్రం అయ్యాయి. మా దేవుడు గొప్ప, మీ దేవుడు బలహీనుడు, విజయం అంటే దేవుని అనుగ్రహం, పరాజయం అంటే దేవుని కోపం.

సామాజిక శాస్త్రవేత్తల ప్రకారం మతం అంటే పాలనకు మానసిక ఆయుధం. అదే సమయంలో సామాజిక క్రమం, నైతిక విలువలు, ఐక్యత ఇచ్చింది. ఈ దశలో మతం భయం, విశ్వాసం మాత్రమే కాదు. అది అధికారం వ్యవస్థ, నియంత్రణ, గుర్తింపు.

తాత్విక మతాలు, ప్రవక్తలు, వ్యక్తిగత ఆధ్యాత్మికత పునర్జననం, మతం సంస్థల నుంచి వ్యక్తి వైపు ఎలా తిరిగి మలుపు తిరిగిందో, తాత్విక ఆలోచనలు, ప్రవక్తలు, నైతిక మతాల ఆవిర్భావం. వ్యక్తిగత ఆధ్యాత్మికత పునర్జననం. మతం మనిషికి శాంతి ఇవ్వాల్సింది, కాని భయం, శిక్ష, అధికారంగా మారితే అప్పుడు మనిషి ఏమి చేశాడనే ప్రశ్న నుంచే తాత్విక మతాల యుగం ప్రారంభమైంది.

నగర నాగరికతల చివరి దశలో దేవాలయాలు ధనికమయ్యాయి, పూజారి వర్గం శక్తివంతమైంది, సామాన్యుడు భయపడే భక్తుడయ్యాడు. ఇది మతానికి వ్యతిరేకం కాదు, మతం రూపం పట్ల అసంతృప్తి. కొందరు దేవుడు నిజంగా ఇలా ఉంటాడా, నైతికత భయంతో రావాలా, మోక్షం కొనుక్కోగలమా? అని ప్రశ్నించారు.

తాత్విక మతం అంటే బాహ్య ఆచారాలకన్నా అంతర్ముఖ అన్వేషణ, పూజలకన్నా ప్రశ్నలు, భయంకన్నా జ్ఞానం. దేవుడు దేవాలయంలో కాదు మనస్సులో.

సుమారు క్రీ.పూ. 800 – 200 మధ్యకాలంలో భారతదేశంలో ఉపనిషత్తులు, బౌద్ధం, జైనం, ఆజీవక మతం వంటివి పుట్టాయి. ఇవి అన్నీ ఒకే ప్రశ్న చుట్టూ తిరుగుతాయి. దుఃఖానికి మూలం ఏమిటి, విముక్తి ఎలా?

సంస్థీకృత మతాల ఆవిర్భావం

వేదకాల మతం యజ్ఞాలు, బలులు, మంత్రాలు, ఉపనిషత్తులు యజ్ఞం కాకుండా జ్ఞానం ద్వారా ముక్తి సాధ్యమా? ఇక్కడే కీలక భావన ఆత్మ అనగా బ్రహ్మ దేవుడు బయట లేడు, దేవుడు అంతర్ముఖం.

గౌతమ బుద్ధుడు చేసిన విప్లవం దేవుడి అవసరం లేదు. ఆత్మ శాశ్వతం కాదు. దుఃఖానికి కారణం తృష్ణ అతని బోధన నీ బాధకు నీవే కారణం నీ విముక్తికీ నీవే మార్గం. ఇది మతాన్ని స్వీయ బాధ్యత వైపు తిప్పింది.

జైనం అహింస పరమ ధర్మం, జైన తత్వం దేవుడు సృష్టికర్త కాదు, కర్మే నియంత్రకం, అహింసే మోక్ష మార్గం, ఇది మతాన్ని నైతిక క్రమశిక్షణగా మార్చింది.

ఆజీవక మతం నియతి భావన, ఆజీవకులు నమ్మింది అన్నీ నియతి ప్రకారం, దేవుడికి కూడా అధికారం లేదు. ఇది మతంలో నిర్దేశాత్మక తత్వాన్ని ప్రవేశపెట్టింది.

చైనా ధర్మం అంటే సామాజిక కర్తవ్యము, చైనాలో కన్ఫ్యూషియస్ దేవుడి కన్నా ధర్మం, ఆచారం కన్నా నైతికత, పరలోకం కన్నా సమాజం, ధర్మం అంటే మంచి మనిషిగా ఉండటం.

లావో జీ ప్రకృతితో సమన్వయం టావిజం చెబుతుంది ప్రకృతికి వ్యతిరేకంగా పోరాడకు దానితో కలిసి ప్రవహించు. ఇది ఆధ్యాత్మికతను సహజత్వంతో కలిపింది.

మధ్యప్రాచ్యం ప్రవక్తల యుగం ఇక్కడ మతం మరో మలుపు తిరిగింది. ప్రవక్తలు దేవుడు ఒకడు, నైతిక ఆజ్ఞలు, సామాజిక న్యాయం ఇజ్రాయెల్ ప్రవక్తలు చెప్పింది దేవుడు బలులకంటే న్యాయం కోరుకుంటాడు.

మోనోథియిజం ఒక దేవుడు, ఒక ధర్మం, ఇది ఇచ్చింది నైతిక స్పష్టత, వ్యక్తిగత బాధ్యత, చరిత్రాత్మక దిశ. కాని అదే సమయంలో విభేదాలు, మత పోటీ కూడా పుట్టాయి.

వ్యక్తి మరియు దేవుడు ప్రత్యక్ష సంబంధం, తాత్విక మతాల గొప్ప మార్పు పూజారి అవసరం తగ్గింది. దేవుడితో వ్యక్తికి నేరుగా సంబంధం. ఇది ఆధ్యాత్మిక స్వేచ్ఛకు బాట వేసింది.

పాపం అంతర్ముఖ భావన, ఇప్పుడు పాపం అంటే చట్ట ఉల్లంఘన కాదు, ఆత్మకు అపకారం. ఇది మనస్సును నియంత్రించే అంతర్గత నియమం.

ఆధునిక పరిశోధనలు చెబుతున్నది, తాత్విక మతాలు అంటే మానసిక పరిపక్వత ఫలితం, ప్రశ్నించే సామర్థ్యం పెరిగిన దశ. అంటే మతం ఎదిగిన కొద్దీ దేవుడు చిన్నవాడయ్యాడు, మనిషి పెద్దవాడయ్యాడు.

ఈ దశలో మతం భయం కాదు, అధికార సాధనం కాదు. అది ఆత్మ పరిశీలన నైతిక బాధ్యత విముక్తి అన్వేషణ. శిలాయుగం భయం, అజ్ఞాత శక్తి, గోత్ర యుగం ఆచారం, ఐక్యత, నగర యుగం సంస్థ అధికారం, తాత్విక యుగం ప్రశ్న ఆత్మ.

శిలాయుగపు మనిషి జీవన విధానం, ఆహారం వేట, వేర్లు, పండ్లు. ఆశ్రయం గుహలు, చెట్ల చాటులు. పరికరాలు రాతి కొడవళ్లు, కఠిన పరికరాలు. సమాజం చిన్న గుంపులు, తెగల జీవనం. ఈ జీవన విధానమే వారి మత విశ్వాసాల రూపకల్పనకు పునాది వేసింది. ప్రకృతిని ప్రత్యక్షంగా చూసి గర్జించే మేఘాలను, మెరుస్తున్న మెరుపును, వర్షాన్ని, అగ్ని శక్తిని, చంద్రుడు సూర్యుడి కదలికలను మానవేతర శక్తులుగా భావించాడు.

సంస్థీకృత మతాల ఆవిర్భావం

మత విశ్వాసాల తొలి రూపాలు, ప్రకృతి ఆరాధన సూర్యుడు జీవనాధారం, కాబట్టి దేవుడిగా భావించాడు. చంద్రుడు కాలమాన సూచిక. వర్షం, గాలి, అగ్ని భయం మరియు భక్తి కలయికతో పూజనీయ మయ్యాయి. ఆత్మ విశ్వాసం చెట్లు, జంతువులు, రాళ్లు, నదులు అన్నింటిలోనూ ఆత్మ ఉందని నమ్మకం. ఈ విశ్వాసమే తరువాత హిందూ, ఆఫ్రికన్, ఆస్ట్రేలియన్ ఆదివాసీ మతాల్లో కనిపించింది. మృతుల ఆరాధన శిలాయుగపు సమాధులు చెబుతున్నాయి. మృతదేహాలతో పాటు ఆహారం, ఆయుధాలు, ఆభరణాలు పెట్టారు. మరణానంతరం కూడా జీవితం ఉందనే నమ్మకం. జంతు ఆరాధన, టోటెమిజం జంతువులను పవిత్రంగా భావించి తెగలకు గుర్తులుగా చేసుకున్నారు. బైసన్, పులి, ఎలుగుబంటి మొదలైనవి శక్తి సంకేతాలుగా పూజింప బడ్డాయి.

శిలాచిత్రాలు మతపు మొదటి రాత పుట, భీంబేట్కా గుహాచిత్రాలు (మధ్యప్రదేశ్) 30,000 సంవత్సరాల నాటి చిత్రాలు. వేట సన్నివేశాలు, నృత్యాలు, దేవతా రూపాలు. యూరప్ లో లాస్కాక్స్ గుహలు ఫ్రాన్స్ ఎద్దులు, గుర్రాలు, జింకల చిత్రాలు. వేట ముందు పూజలు చేసేవారని సూచన. ఈ గుహా చిత్రాలు కేవలం కళ కాదు, మతపరమైన విశ్వాసాల ఆధారాలు. పుణ్య పాప భావన ఆరంభం వేటలో విజయం సాధించేందుకు పూజలు. వేట విఫలమైతే, విపత్తులు వస్తే పాపం చేశామనుకునే భావన. క్రమంగా సద్గుణం దుర్గుణం అనే భేదం ఏర్పడింది. ఇదే ధర్మ అధర్మ భావనకు పునాది. మత ధర్మాల పరిణామానికి పునాది యజ్ఞ భావన వేట పూజలు యజ్ఞాలుగా అభివృద్ధి. విగ్రహాలు జంతు, మాతృదేవి విగ్రహాలు మత చిహ్నాలుగా నిలిచాయి. నైతిక విలువలు తెగకోసం త్యాగం అనే ధర్మపరమైన కర్తవ్య భావన.

శిలాయుగపు మానవుడు మతాన్ని ఆచరించాడు అని అనుకోవడం కంటే, మతాన్ని భావించాడు అనడమే సరైనది. అతని విశ్వాసాలు సజీవ తత్వం, భయభక్తులు మీద ఆధారపడ్డాయి. ఇవే తరువాత నాగరికతల మత ధర్మాలుగా సుస్థిరం అయ్యాయి.

శిలాయుగపు మత విశ్వాసాలకు మరిన్ని కోణాలు, శిలాయుగపు మానవుడు ఒక సాధారణ జీవి మాత్రమే కాకుండా ప్రకృతిని ఆరాధించే సాధువు కూడా. ఆ కాలంలో అతని ఆచారాలను గమనిస్తే మతం, ధర్మం ఎలా క్రమంగా రూపుదిద్దుకున్నాయో స్పష్టమవుతుంది. మాతృదేవి ఆరాధన శిలాయుగపు తవ్వకాలలో లభించిన మట్టి విగ్రహాలు చాలా వరకూ స్త్రీ రూపాలే. ఇది ప్రజోత్పత్తి ని పవిత్రంగా భావించారని చూపిస్తుంది. మాతృశక్తి ఆరాధన తరువాతి నాగరికతల్లో కూడా కొనసాగింది. నృత్యం గానం మత భాగంగా భీంబేట్కా గుహాచిత్రాల్లో సమూహంగా నృత్యం చేస్తున్న దృశ్యాలు కనిపిస్తాయి. వేటకు ముందు నృత్యం, పాటలతో ఉత్సవం చేసేవారు. ఇవి కేవలం వినోదం కాదు, ప్రార్థన, పూజా పద్ధతిగా ఆచరించబడ్డాయి. బలి పద్ధతులు జంతువులను వేటాడి దేవతలకు సమర్పించడం. వేటలో విజయం కోసం లేదా తెగ రక్షణ కోసం బలి ఇచ్చిన ఆనవాళ్లు తవ్వకాలలో కనిపిస్తున్నాయి. కాలచక్రం, ఖగోళ అవగాహన చంద్రుని మార్పులను గమనించి కాలమానం కొలిచేవారు. రాతి చక్రాలు ఖగోళ సంబంధిత పూజలకు వాడబడ్డాయి. ఇది మతానికి శాస్త్రీయ దృక్పథాన్ని కలగజేసింది. మానవ ఆత్మాన్వేషణకు మొదటి అడుగులు.

శిలాయుగపు మానవుడు వర్షం ఎందుకు వస్తుంది, మెరుపు ఎక్కడి నుండి వస్తుంది, మరణం తర్వాత ఏమవుతుంది? ఈ ప్రశ్నలకు సమాధానాల కోసం ప్రకృతి శక్తులను దైవ రూపంగా ఊహించాడు. ఆ దైవాన్ని సంతోషపరచడానికి పాటలు,

నృత్యాలు, బలి, ప్రార్థనలు తదుపరి వేదమంత్రాలుగా, ఆలయాలుగా, యజ్ఞాలుగా అభివృద్ధి చెందాయి.

శిలాయుగపు మనిషి మత విశ్వాసాలు మనిషి ఆత్మాన్వేషణ యొక్క తొలి పుటలు. ఇవి అనేక నాగరికతలకు పునాది అయ్యాయి. భయం, భక్తి, భవిష్యత్తుపై ఆశ ఈ మూడూ కలసి ధర్మాన్ని నిర్మించాయి. భవిష్యత్తు కోసం ఆచరించిన విశ్వాసమే ధర్మమని ఈ దశలో స్పష్టమవుతుంది.

శిలాయుగపు గుహా చిత్రాల నుంచి ఆధునిక ఆలయాల ఘంటారావం వరకూ ఒక అంతర్లీన సూత్రం నిరంతరంగా ప్రవహిస్తోంది. తనకంటే అపారమైన శక్తి ఏదో ఉందని మానవుడు గుర్తించి, దాని ముందు వినమ్రంగా తలవంచడం అదే మతధర్మ జననానికి తొలి మెట్టు. కాని అదే క్షణం నుంచి మతం ఆచారంగా మాత్రమే కాక ఆలోచనగా రూపాంతరం చెందుతుంది. భయంతో మొదలైన ఆ వినమ్రత, క్రమంగా ప్రశ్నలుగా, తర్కంగా, మానవ విలువల అన్వేషణగా వికసిస్తుంది.

5

ఆధునిక యుగం - మత సంఘర్షణ, సమన్వయం

ప్రపంచాన్ని శాస్త్రం స్పష్టంగా విశ్లేషించి వివరించగలిగిన వేళ, మతానికి ఇంకా అవసరముందా? ఈ ప్రశ్నతోనే ఆధునిక యుగం తన ఆలోచనా ప్రయాణాన్ని ఆరంభించింది.

శాస్త్రం *'ఎలా'* అనే ప్రశ్నకు సమాధానం చెప్పింది. మతం మాత్రం *'ఎందుకు'* అనే సందేహాన్ని మానవ మనస్సులో ఇంకా మిగిల్చింది.

ఆధునిక యుగం ఆలోచనా విప్లవం క్రీ.శ. 15వ శతాబ్దం తర్వాత మానవ ఆలోచనలలో భారీ మార్పు జరిగింది. ముద్రణ యంత్రం, విద్య వ్యాప్తి, శాస్త్రీయ పరిశోధన, వ్యక్తిగత స్వేచ్ఛ, ప్రశ్నించే మనిషి ఇవన్నీ కలిసి ఒక కొత్త మనిషిని సృష్టించాయి. శాస్త్రీయ విప్లవం మతానికి మొదటి పెద్ద సవాలు, కోపెర్నికస్ భూమి కేంద్రం కాదని, గెలీలియో ప్రకృతి గణిత నియమాలకు లోబడి ఉందని, న్యూటన్ దేవుడి అవసరం లేకుండా కదలికను అర్థం చేసుకోవచ్చుని శాస్త్రీయంగా నిరూపించారు. ఇవన్నీ మతానికి శరాఘాతం.

దేవుడు వివరణ కాదు, నమ్మకం మాత్రమే. సంఘర్షణ మతం ఎందుకు ఎదిరించింది, మతం శాస్త్రాన్ని ఎందుకు వ్యతిరేకించింది? అధికారాన్ని కోల్పోతామనే భయం. పూజారి వర్గానికి సవాలు, గ్రంథాల అక్షరార్థం ప్రమాదంలో పడటం. ఇది దేవుడి కోసం కాదు, వ్యవస్థ రక్షణ కోసం.

డార్విన్ పరిశోధన సిద్ధాంత నిర్మాణం దానిఫలితాలు, చరిత్రలో కొన్ని ఆలోచనలు మానవుడి ఆలోచనా దిశనే మార్చేశాయి. అటువంటి ఆలోచనలలో

డార్విన్ పరిణామ సిద్ధాంతం ఒకటి. జీవులు ఒకే రూపంలో శాశ్వతంగా ఉన్నాయా లేక కాలానుగుణంగా మారుతాయా? ఈ ప్రశ్నకు శాస్త్రీయ సమాధానం ఇవ్వడమే డార్విన్ పరిశోధన లక్ష్యం. డార్విన్ మొదట వైద్యుడు కావాలని అనుకున్నాడు. తర్వాత మత విద్య వైపు వెళ్లాడు, ప్రకృతి అధ్యయనం అతన్ని శాస్త్రవేత్తగా మార్చింది.

హెచ్ఎంఎస్ బీగిల్ యాత్ర పరిశోధనకు పునాది, 5 ఏళ్ల నౌకా ప్రయాణంలో అతను దక్షిణ అమెరికా, గాలాపగోస్ దీవులు, ఆస్ట్రేలియా, ఆఫ్రికా ప్రాంతాలను పరిశీలించాడు. ఇది ప్రయాణం కాదు ప్రపంచ జీవ వైవిధ్యంపై ప్రత్యక్ష అధ్యయనం. గాలాపగోస్ దీవులు పరిణామానికి కీలక ఆధారం డార్విన్ గమనించిన ముఖ్యమైన విషయం ఒకే రకమైన పక్షులు, కాని ఒక్కో దీవిలో ముక్కు ఆకారం వేరు. ఉదాహరణ గట్టి విత్తనాలు తినే పక్షులకు గట్టి ముక్కు, పురుగులు తినేవాటికి సన్నని ముక్కు.

అన్నీ ఒకే మూలం నుంచే వచ్చి పరిసరాలకు అనుగుణంగా మారాయా? డార్విన్ ప్రశ్నించాడు. ఇదే పరిణామ ఆలోచనకు బీజం.

డార్విన్‌పై గాఢమైన ప్రభావం చూపిన ముఖ్యమైన గ్రంథం థామస్ మాల్థస్ రచించిన జనాభా సిద్ధాంతం. జనాభా వేగంగా పెరుగుతుంది, వనరులు పరిమితం, డార్విన్ దీనిని ప్రకృతికి వర్తింపజేశాడు అన్ని జీవులు పుట్టినా అన్నీ బతకవు, బలవంతుడు కాదు అనుకూలమైనవాడు. సహజ ఎంపిక సిద్ధాంతం డార్విన్ ప్రతిపాదించిన ప్రధాన సిద్ధాంతం సహజ ఎంపిక.

ప్రతి జీవిలో వైవిధ్యం ఉంటుంది. వనరులు పరిమితం, పోటీ తప్పదు, పరిసరాలకు అనుకూలమైన జీవులు బతుకుతాయి, అవే లక్షణాలు తదుపరి తరానికి బదిలీ అవుతాయి. ఇది వేల సంవత్సరాల్లో జరుగుతుంది. పరిణామం అంటే ఏమిటి ఏమి కాదు, పరిణామం అంటే జనాభాలో క్రమంగా మార్పు, లక్షణాల ఎంపిక, పరిణామం కాదు ఒక్క జీవి ఒక్కసారిగా మారడం, మనిషి కోతినుంచి నేరుగా రావడం.

డార్విన్ చెప్పింది మనిషి, కోతి ఒకే మూలపురుషుడి వంశాలు. డార్విన్ తన పరిశోధనను ఇరవై సంవత్సరాలు దాచాడు. కారణం మత సమాజ ప్రతిఘటన భయం. 1859 లో ప్రచురించిన '*On the Origin of Species*' మత ప్రపంచాన్ని కుదిపేసింది, శాస్త్రానికి కొత్త దిశ ఇచ్చింది.

డార్విన్, తదితర శాస్త్రవేత్తలు చూపిన ఆధారాలు శిలాజాలు, పూర్వ జీవుల ఆధారాలు, శరీర నిర్మాణ సారూప్యత, మనిషి, కుక్క, తిమింగలం, ఎముకల నిర్మాణం ఒకే నమూనా, ఎంబ్రియాలజీ, గర్భ దశలో సారూప్యత, డి.యెన్.ఏ మరియు జన్యు శాస్త్రం, జన్యు కోడ్ సమానత్వం.

డార్విన్ సిద్ధాంతం ఫలితాలు శాస్త్ర రంగంలో జీవశాస్త్రం ఒక వ్యవస్థగా మారింది. జన్యు శాస్త్రం ఎదిగింది, వైద్య పరిశోధన వేగం పెరిగింది. మానవ ఆలోచనలో మనిషి కేంద్ర భావన సడలింది. ప్రకృతిలో మనిషి ఒక భాగమని అర్థమైంది. మతంపై ప్రభావం, అక్షరార్థ సృష్టి కథలకు సవాలు, ప్రతీకాత్మక వ్యాఖ్యానానికి దారి.

ఆధునిక పరిణామ సిద్ధాంతం డార్విన్ సిద్ధాంతం తో జన్యు శాస్త్రం, డి.యెన్.ఏ, మ్యూటేషన్, జన్యు ఎంపిక, ఇవన్నీ కలిసి ఆధునిక పరిణామ సిద్ధాంతంగా మారాయి. నేడు పరిణామ సిద్ధాంతం అత్యంత బలమైన శాస్త్రీయ సిద్ధాంతం. ఇది ఊహ కాదు ఇది పరిశోధనల ఫలితం.

మనిషి ప్రత్యేక సృష్టి అయితే పరిణామ శ్రేణి ఎందుకు ఉంది? ఇది మతానికి బలమైన ఎదురు దెబ్బ. ఎందుకంటే మనిషి కేంద్రం కూలిపోయింది. సృష్టి కథలు సంకేతాలుగా మారాయి.

దేవుడు అవసరమా, లేక మనిషి ఊహలో పుట్టిన భావమా? నిట్షే ప్రకటించిన 'God is dead' అనే వాక్యం దేవుడు అంతమయ్యాడని కాదు, దేవుడి పేరుతో మనిషిని నియంత్రించిన భయం చనిపోయిందనే సంకేతం. ఇది మనిషి మానసిక

స్వాతంత్ర్యానికి తొలి అడుగు. ఇకపై అతడు బాహ్య శక్తులపై ఆధారపడకుండా, తన బుద్ధి బాధ్యతలతోనే జీవితం అర్థం చేసుకునే ప్రయత్నం మొదలుపెట్టాడు. నైతికత, అర్థం, విలువలు కూడా ఇప్పుడు స్వయంగా నిర్మించుకోవాల్సిన దశకు మనిషి చేరాడు.

ఫ్రాయిడ్ మతమంటే సామూహిక భ్రమని, కార్ల్ యుంగ్ మతమంటే లోపలి ప్రతీకల భాషని చెప్పారు. ఇక్కడ మతం వాస్తవం కాదు అనుభవం. మతం ఇంకా ఎందుకు బతికుంది, శాస్త్రం ఉన్నా మతం ఎందుకు ఉంది, శాస్త్రం 'ఎలా' చెబుతుంది, మతం 'ఎందుకు' చెబుతుంది? మరణం, అర్థం, బాధ శాస్త్రానికి ఇంకా సంపూర్ణ సమాధానం లేదు. ఆధునిక రోజుల్లో వ్యక్తిగత విశ్వాసం పెరుగుతోంది, సంస్థల మీద నమ్మకం తగ్గుతోంది, ఆధ్యాత్మికత అంటే అర్థం మానసిక ఆరోగ్యం, ఇది కొత్త దశ.

మతం రాజకీయం కలయిక అత్యంత ప్రమాదకరమైనది. ఆధునిక కాలంలో మతం ఆధ్యాత్మిక అనుభూతి కాకుండా **గుర్తింపు రాజకీయంగా** మారిపోయింది. దేవుడికంటే గుంపే ముఖ్యమయ్యింది, విశ్వాసం స్థానంలో విధేయత నిలిచింది. ఇదే మతం యొక్క వక్రీకరణ.

ఈ స్థితిలో మతం మనిషిని ఏకతాటిపైకి తేవడం మానేసి, విభజనకు ఆయుధంగా మారుతోంది. భక్తి స్థానంలో ద్వేషం, ప్రార్థన స్థానంలో నినాదాలు ప్రవేశిస్తున్నాయి. ఇది మతం పతనం మాత్రమే కాదు, సమాజానికి హెచ్చరిక కూడా.

శాస్త్రీయ దృష్టిలో మత భవిష్యత్ సోషియాలజిస్టుల అంచనా మతం అంతరించదు. అది రూపం మార్చుకుంటుంది. భవిష్యత్తు మతం భయం, ద్వేషం కాదు, వ్యక్తిగత అర్థం. మానవ కేంద్ర ఆధ్యాత్మికత భవిష్యత్తులో దేవుడు కేంద్రం కాదు, మనిషే కేంద్రం. నైతికత భయంతో కాదు, బాధ్యతతో.

శాస్త్రం, ఆధ్యాత్మికత ల మధ్య సంఘర్షణ కాదు, శాస్త్రం ప్రపంచం ఎలా పనిచేస్తుందో, ఆధ్యాత్మికత మనం ఎలా జీవించాలో తెలియ జేసే రెండు ప్రముఖ

అంశాలు. ఇవి శత్రువులు గా కాదు. దేవుడు ఆకాశంలో ఉన్నాడా లేడా అన్నది ప్రశ్న కాదు. మనిషి తనలో గూడుకట్టుకున్న భయాన్ని జయించాడా, తన నైతిక బాధ్యతను స్వీకరించాడా అన్నది ముఖ్యమైన ప్రశ్న, అదే నిజమైన ఆధ్యాత్మిక వికాసం.

6

మత ధర్మ జననం – ప్రాముఖ్యత

ఆదిమ నాగరికతల నుండి ఆధునిక యుగం వరకు, మానవ ఆధ్యాత్మిక, సామాజిక జీవనంపై మత ప్రభావం. దేవుడు మతాన్ని సృష్టించాడా లేదా మతమే దేవుడిని సృష్టించిందా? ఈ ప్రశ్నలకు సమాధానం వెతకడం అంటే మనిషి చరిత్రనే తిరగేయడం. మతం అనేది ఒక్క విశ్వాస వ్యవస్థ కాదు. అది మనిషి ఆలోచన, భయం, ఆశ, సమాజ నిర్మాణం అన్నిటితో ముడిపడి ఉంది. '**మత ధర్మ జననం**' అనేది ఒక మత చరిత్ర కాదు. ఇది మానవ మేధస్సు వికాస చరిత్ర.

మత ధర్మాల అవసరం ఎందుకు పుట్టింది, మనిషి ఇతర జంతువులకంటే భిన్నమైనది ఎందుకు? అతను ప్రశ్నిస్తాడు, భవిష్యత్తు గురించి ఆలోచిస్తాడు, **మరణాన్ని** గ్రహిస్తాడు, మరణ అవగాహన నుంచే మతం మొదలైంది. జంతువు చనిపోతుంది, కాని ప్రశ్నించదు. మనిషి చనిపోతాడు, ఎందుకని అడుగుతాడు. ఈ ప్రశ్నే మత ధర్మ జననానికి మూలం.

ఆదిమ నాగరికతల ముందు శిలాయుగపు మత భావనలు, రాతియుగపు మనిషికి శాస్త్రం లేదు, భాష పరిమితం, నియంత్రణ శూన్యం. కాని అతనికి ఒక బలమైన అనుభవం ఉంది నాకంటే గొప్ప శక్తి ఏదో ఉంది. ఇది దేవుడు కాదు. ఇది అజ్ఞాత శక్తి భావన. ఈ భావన నుంచే ఆత్మ, శక్తి, భయం, గౌరవం పుట్టాయి.

ప్రకృతి మొదటి దేవుడు, ఆదిమ మనిషికి ప్రకృతి తల్లి, శత్రువు, రక్షకుడు. వర్షం లేకపోతే క్షామం, మెరుపు పడితే మరణం. అందుకే సూర్యుడు దేవుడు, నది దేవత, అగ్ని పవిత్రం. మొదటి మతం ప్రకృతి ఆరాధన.

ఆదిమ నాగరికతలు మతానికి నిర్మాణం, వ్యవసాయం మొదలైన వెంటనే నాగరికతలు పుట్టాయి మెసపొటేమియా, ఈజిప్టు, సింధు లోయ, చైనా. ఇక్కడ మతం పాత్ర మారింది, ఇప్పటి నుండి మతం కేవలం భయం కాదు. సామాజిక నియంత్రణ సాధనం.

మెసపొటేమియాలో దేవతలు అంటే కోపశీలులు, ప్రకృతి విపత్తులు అంటే దైవ శిక్ష, హమ్మురాబి చట్టాలు ఇలా చెబుతాయి, దేవుడు నాకు ఈ చట్టాలు ఇచ్చాడు అంటే నేరం అంటే పాపం, చట్ట ఉల్లంఘన అంటే దైవ ద్రోహం, మతం సమాజానికి ఒక క్రమాన్నిచ్చింది.

ఈజిప్టు నాగరికత మతానికి ఇచ్చిన గొప్ప భావన మరణం అంతం కాదు. ఆత్మ తూకం, పాప పుణ్య లెక్క, శాశ్వత జీవితం. ఇది మానవ నైతికతను బలపరిచింది. మనిషి ఇక్కడ తప్పించుకున్నా అక్కడ తప్పించుకోలేనని భావించాడు.

సింధు నాగరికతలో ప్రకృతి ఆరాధన, తల్లి దేవత, జంతు ప్రతీకలు ఇవి సూచించేది మతమంటే రోజువారీ జీవితం, దేవుడంటే దూరమైన అధికారి కాదు. మతం ఆధ్యాత్మిక అవసరం మాత్రమే కాదు, ఆదిమ నాగరికతల్లో మతం భయానికి సమాధానం, నైతిక నియంత్రణ, సామాజిక ఐక్యత, ఇవన్నీ ఒకే వ్యవస్థగా పనిచేశాయి. మానవ ఆధ్యాత్మిక జీవితంపై ప్రభావం, మతం మనిషికి ఇచ్చింది జీవితం అర్థవంతమనే భావన, మరణ భయం తగ్గింపు మరియు ఆశ. ఇది మానసిక స్థిరత్వానికి మూలం.

సామాజిక జీవితంపై ప్రభావం, మతం లేకపోతే నియమాలు ఉండేవి కావు, నైతిక బంధం ఉండేది కాదు. మతం కుటుంబం, వివాహం, కర్తవ్యాలు వీటికి అర్థం ఇచ్చింది. మతం పుట్టింది భయంతో, పెరిగింది సమాజ అవసరంతో, నిలబడింది అర్థం కోసం.

7

నగర నాగరికతలు, సంస్థీకృత మతాలు

మనిషి అడవుల నుంచి నగరాల్లోకి వచ్చాడు. నగరం అంటే జనసాంద్రత, అధికార అవసరం, క్రమశిక్షణ. అక్కడ మతం పాత్ర పూర్తిగా మారింది.

నగర నాగరికతలు మతం యొక్క కొత్త రూపం, వ్యవసాయం, మిగులు ఉత్పత్తి, వాణిజ్యం, వాణిజ్య నగరాలు. నగరాలు పుట్టిన తర్వాత ఇంతమంది మనుషులను ఎవరు నియంత్రిస్తారు? అక్కడే మతం ఆధ్యాత్మిక వ్యవస్థ నుంచి పాలనా వ్యవస్థగా మారింది.

దేవాలయం ఆధ్యాత్మిక కేంద్రం కాదు, పరిపాలనా కేంద్రం, ప్రాచీన నగరాల్లో దేవాలయం ప్రార్థనా స్థలం మాత్రమే కాదు, ధాన్య గోదాం, పన్నుల కేంద్రం, న్యాయస్థానం. దేవుడంటే కేంద్ర అధికారం, పూజారి అంటే పరిపాలకుడు. ఇది మత చరిత్రలో అత్యంత కీలక మలుపు.

పూజారి వర్గం మతం యొక్క నిర్వాహకులు, మతం మొదట అందరికీ చెందినది. కాని నగర నాగరికతల్లో ప్రత్యేక వర్గం పుట్టింది. అదే వ్యవస్థీకృత పూజారి వర్గం. వారి ప్రత్యేకత దేవునితో మాట్లాడగలరు, ఆచారాలు తెలిసినవారు, పాప పుణ్య లెక్కలు చెప్పగలరు. సామాన్యుడు దేవునికి చేరాలంటే మధ్యవర్తి అవసరం అయింది.

రాజు చెప్పాడు నేను దేవుని ప్రతినిధినని, పూజారి చెప్పాడు రాజు దేవుడు ఎన్నుకున్నవాడని. ఇది ఒక పరస్పర లాభ ఒప్పందం. రాజుకు నైతిక అధికారం, మతానికి రాజకీయ రక్షణ, ఇలా మతం మరియు రాజ్యం కలిశాయి.

ఈజిప్టు దేవుడైన రాజు, ఈజిప్టులో ఫరావో కేవలం రాజు కాదు, జీవించి ఉన్న దేవుడు. అందుకే అతని ఆజ్ఞ దైవ ఆజ్ఞ, అతనికి వ్యతిరేకం అంటే పాపం అని అర్థం. ఇది సంపూర్ణ నియంతృత్వానికి మత ముద్ర.

చైనాలో దైవ అనుమతి రాజు న్యాయంగా పాలిస్తే దేవుడు అతనితో ఉన్నాడు. అన్యాయమైతే దైవ అనుమతి పోతుంది. ఇది మతాన్ని నియంత్రణ సాధనంగా ఉపయోగించిన తెలివైన విధానం.

గ్రీకు నాగరికత మతం, తర్కం మధ్య పోరాటం, గ్రీకులు మొదటిసారిగా అడిగారు, దేవుడు ఎందుకు ఇలా చేశాడు? ప్రకృతి నియమాలు ఏమిటి? ఇక్కడే తత్వశాస్త్రం, మతంపై విమర్శ, తర్కం పుట్టాయి. మతం తొలిసారిగా ప్రశ్నించబడింది.

తూర్పు నాగరికతలు భారతదేశం, చైనా, భారతదేశంలో మతం కేవలం దేవారాధన కాదు, జీవన విధానం, ధర్మం అంటే నైతిక కర్తవ్యం, సామాజిక బాధ్యత. ఇక్కడ మతమంటే సమాజ నిర్మాణ పద్ధతి. వర్ణ, జాతి వ్యవస్థ మతం యొక్క సామాజిక రూపం, సామాజిక విభజనకు మతం ఆధారం అయింది ఎవరు పాలించాలి? ఎవరు పని చేయాలి? ఇది క్రమాన్ని ఇచ్చింది. అసమానతను స్థిరపరిచి మతం ద్వంద్వ పాత్ర పోషించింది.

మతం భయ నియంత్రణ నుంచి అంతరాత్మ నియంత్రణకు, నగర నాగరికతల్లో భయం చట్టం, చట్టం నైతికత, మనిషి ఎవ్వరూ చూడకపోయినా దేవుడు చూస్తున్నాడని భావించాడు, ఇది వ్యక్తిగత అంతర్గత నియంత్రణ.

ఆధ్యాత్మిక జీవితంపై ప్రభావం, ఈ దశలో మతం ఆత్మ భావనను లోతుగా చేసింది, పాప పుణ్య సిద్ధాంతం బలపరిచింది, ఆచారాలకు ప్రాధాన్యం ఇచ్చింది. ఆధ్యాత్మికత కంటే ఆచారం పెరిగింది.

సామాజిక జీవితంపై ప్రభావం, మతం నియంత్రించింది వివాహ వ్యవస్థ, లింగ పాత్రలు, కుటుంబ నిర్మాణం. సమాజం స్థిరపడింది. కాని మార్పు కష్టమైంది.

విమర్శ మొదలైన దశ, ఈ దశ చివరికి మతం అధికారానికి బంధించబడింది, దేవుడు దూరమయ్యాడు, ఆచారం భారమైంది. ఇక్కడే మత సంస్కరణలకు విత్తనం పడింది. మతం సంస్థీకృతమైంది. దేవాలయం అధికార కేంద్రమైంది. పూజారి, రాజు కలిసి పాలించారు. సమాజం క్రమబద్ధమైంది కాని అసమానత స్థిరపడింది.

8

మతం - వ్యక్తిగత ఆధ్యాత్మికత పునర్జన్మ

మతం ఒక అనుభూతి నుంచి సంస్థగా మారింది. దేవాలయం ఒక ఆరాధన స్థలం నుంచి అధికార కేంద్రంగా రూపాంతరం చెందింది. పూజారి రాజు కలయికతో సమాజ నియంత్రణ వ్యవస్థ నిర్మితమైంది. అప్పుడు ఒక మౌలిక ప్రశ్న ఉద్భవించింది. ఇది నిజంగా దేవుడు కోరుకున్న దిశేనా? ఇదేనా ఆధ్యాత్మికత యొక్క అసలు అర్థం?ఈ ప్రశ్నల వద్దనే మానవ చరిత్ర ఒక మహా మలుపు తిరిగింది. విశ్వాసం మరియు అధికారం మధ్య ఉన్న సరిహద్దు తొలిసారి స్పష్టంగా ప్రశ్నించబడింది.

మతం భారం అయినప్పుడు ఆధ్యాత్మిక వేదన, సాధారణ మనిషి జీవితం ఇలా మారింది ఎక్కువ ఆచారాలు, కఠిన నియమాలు, పాప భయం, పూజారి మీద ఆధారపడటం. దేవుడు దూరంగా మధ్యవర్తుల వెనుక దాక్కున్నాడు. ఇది ఆధ్యాత్మిక వేదనకు కారణమైంది.

సంస్కరణ అంటే దేవుడిని కొత్తగా సృష్టించడం కాదు, మతాన్ని నాశనం చేయడం కాదు, మానవుడిని కేంద్రంగా పెట్టడం. అంటే భయానికి బదులు బోధ, ఆచారానికి బదులు అర్థం, పూజారికి బదులు అంతరాత్మ.

బుద్ధుడు అడిగాడు దుఃఖానికి కారణం ఏమిటి? దేవుడు కోపంగా ఉన్నాడు, పాపం చేశావని ఆయన చెప్పలేదు. ఆయన చెప్పింది అజ్ఞానం కారణం. ఇది మత చరిత్రలో విప్లవాత్మక మార్పు.

బౌద్ధ మతం, మతం లేకుండా ఆధ్యాత్మికత ఆయన దృష్టిలో బాధకు కారణం కోరిక, విముక్తికి మార్గం అవగాహన. ఇది వ్యక్తిగత ఆధ్యాత్మికత.

జైన తత్వం బోధించింది, నీ కర్మకు నీవే బాధ్యుడు. దేవుడు క్షమించేవాడు కాదు, పూజారి విమోచించేవాడు కాదు. నీ జీవితం నీ చేతుల్లోనే. ఇది వ్యక్తిగత నైతికత, స్వీయ నియంత్రణ పెంచింది.

సమాజంపై బుద్ధ జైన ప్రభావం, ఈ సంస్కరణలు వర్ణ వ్యవస్థపై ప్రశ్న వేశాయి, అహింసను నైతిక ప్రమాణం చేశాయి, స్త్రీలకు ఆధ్యాత్మిక అవకాశం ఇచ్చాయి. మతం మొదటిసారి మానవీయమైంది.

పశ్చిమ ప్రపంచం యూదు, క్రైస్తవ సంస్కరణలు, యూదు ప్రవక్తలు చెప్పారు 'ఆచారం కాదు న్యాయం ముఖ్యం' దేవుని పేర పేదలను దోచుకోవడం, అన్యాయం చేయడం తప్పని ప్రకటించారు. దేవుడంటే నైతిక చైతన్యం.

యేసు క్రీస్తు ప్రేమ కేంద్రంగా మతం, యేసు సందేశం దేవుడు రాజు కాదు, తండ్రి. నీ పొరుగువాడిని ప్రేమించు. ఇది మతాన్ని భయ కేంద్రం నుంచి ప్రేమ కేంద్రంగా మార్చింది.

చర్చ్ మరియు యేసు మళ్ళీ చరిత్ర పునరావృతం, కాలక్రమంలో చర్చ్ సంస్థగా మారింది, మళ్ళీ అధికారంతో కలిసింది. యేసు బోధ మత ఆచరణ మధ్య అంతరం పెరిగింది. ఇది మళ్ళీ సంస్కరణ అవసరాన్ని సృష్టించింది.

ఇస్లాం సమానత్వ ప్రకటన, ఇస్లాం వచ్చిన కాలంలో గోత్రాధిపత్యం, ఆర్థిక దోపిడి, స్త్రీల అవమానం వ్యాప్తిలో ఉన్నాయి. అందరూ అల్లా ముందు సమానమే, ఇది సామాజిక విప్లవం. ఇస్లాం ప్రార్థన మాత్రమే కాదు, దానం (జకాత్) సామాజిక బాధ్యత మతంలో భాగం చేసింది. దేవుడంటే న్యాయం. కాలక్రమంలో మతం సంస్థగా మారింది, అధికారంతో ముడిపడింది, కఠిన ఆచారాలు పెరిగాయి. మళ్ళీ మతం ఎదురు కక్షి ఆధ్యాత్మికత.

సంస్కరణల సామాన్య లక్షణాలు, ఈ అన్ని సంస్కరణల్లో మానవ బాధ కేంద్రం, వ్యక్తిగత బాధ్యత, నైతిక జీవితం, మధ్యవర్తుల తగ్గింపు. ఇవే నిజమైన ఆధ్యాత్మికత లక్షణాలు.

ఆధ్యాత్మిక జీవనంపై ప్రభావం, ఆత్మ భావన లోతైంది, మతం అంతరాత్మతో ముడిపడింది, దేవుడు బయట నుంచి లోపలికి వచ్చాడు. దేవాలయం నీలోనే ఉందనే భావన.

సామాజిక జీవనంపై ప్రభావం, సమానత్వ భావన, దయ, కరుణ, నైతిక సమాజం. సంస్థీకరణ వల్ల తిరిగి సంక్లిష్టత. మతం ప్రశ్నించబడింది, సంస్కరణలు పుట్టాయి, ఆధ్యాత్మికత వ్యక్తిగతమైంది, ప్రేమ, కరుణ, న్యాయం కేంద్రంగా మారాయి. మతం మళ్ళీ సంస్థగా మారే ప్రమాదం కొనసాగింది.

దేవుడున్నాడా, మతం అవసరమా, మనిషి ఎవరు? ఈ ప్రశ్నలకు కొంతమేర శాస్త్రం సమాధానం ఇచ్చింది. ఆధునిక యుగ ఆరంభం తర్కం తిరిగి పుట్టిన క్షణం. యూరోపులో రెనైసాన్స్, రీఫార్మేషన్, ఎన్‌లైటెన్మెంట్ ఈ మూడు కలిసి ఒక సందేశం ఇచ్చాయి, నమ్మడం కాదు తెలుసుకో. ఇది మత చరిత్రలో మౌలిక విప్లవం.

శాస్త్రం దేవుని స్థానాన్ని ఆక్రమించిందా? శాస్త్రం చెప్పింది భూమి బ్రహ్మాండ కేంద్రం కాదు, ప్రకృతి నియమాలతో పనిచేస్తుంది, అద్భుతాలకు శాస్త్రీయ వివరణ ఉంది. దేవుడు అజ్ఞానానికి సమాధానం అనే భావన తొలగి పోయింది.

డార్విన్ ప్రకారం మనిషి ప్రత్యేక సృష్టి కాదు, మనిషి పరిణామ ఫలితం. ఇది ఆత్మ కేంద్ర సిద్ధాంతాలకు, దేవుని ప్రత్యక్ష సృష్టి భావనకు భారీ దెబ్బ. మనిషి అంటే ప్రకృతి భాగం. పరిణామ సిద్ధాంతం ఆధ్యాత్మిక జీవితంపై ప్రభావం ఈ సిద్ధాంతం చెప్పింది మనిషి స్థిరం కాదు, మార్పు సహజం, జీవితం పోరాటం, అనుకూలత. ఇది పాప భావనను బలహీనపరిచింది, కర్మను కారణ ఫలితంగా మార్చింది.

మతం ఎదురు కక్షి శాస్త్రం నిజమైన పోరాటమా, వాస్తవానికి శాస్త్రం ఎలా, మతం ఎందుకు, సమస్య, మతం 'ఎలా' లో జోక్యం చేసుకుంది? శాస్త్రం 'ఎందుకు' ని విస్మరించింది. ఇది ఘర్షణకు దారితీసింది.

ఆధునిక మానవుడు మత రహితుడా? నేటి మనిషి దేవాలయానికి వెళ్లకపోవచ్చు, కాని అర్థం వెతుకుతూనే ఉంటాడు. ఆధునిక ఆధ్యాత్మికత ధ్యానం, బుద్ధిపూర్వకత, మానవ విలువలు. మతం తగ్గింది, ఆధ్యాత్మికత కాదు. సమాజంలో మతం పాత్ర తగ్గిందా, మారిందా, మతం ఇప్పటికీ గుర్తింపు ఇస్తుంది, సమూహ భావన కలిగిస్తుంది, నైతిక విలువలు ప్రసారం చేస్తుంది. కాని రాజకీయ మతం ప్రమాదకరం అయింది.

మతం మరియు రాజకీయాలు ఆధునిక సంక్షోభం, నేటి ప్రపంచంలో మతం గుర్తింపుగా మారింది, విభజన సాధనమైంది. ఇది హింస, ద్వేషం, అసహనం పెంచుతోంది. ఇది మతం వైఫల్యం కాదు మానవ లోపం.

మత ధర్మాల సారాంశం మతం గుర్తింపు కాదు, ఆచారం కాదు ఒక మానవ చైతన్య వికాస యాత్ర.

ఆధ్యాత్మికత మతానికి అతీతంగా? భవిష్యత్తు ఆధ్యాత్మికత వ్యక్తిగతం, శాస్త్రానుకూలం, నైతిక కేంద్రం. దేవుడు బయట అధికారం కాదు, లోపల విలువ, దేవుడు అంటే నైతిక చైతన్యం.

సామాజిక జీవితంపై ఆధునిక ప్రభావం, ఆధునిక సమాజం కోరేది సమానత్వం, మానవ హక్కులు, లింగ సమత్వం. ఇవి మతాల నుంచి పుట్టినవే. కాని మతాల్ని మించిపోయాయి. మతం విత్తనం వేసింది, సమాజం ఎదిగింది.

మత ధర్మ జననం కలిగివున్న ఆధునిక ప్రాముఖ్యత, దాని అధ్యయనం ఎంతో ముఖ్యం. మతాన్ని అర్థం చేసుకోవడానికి, ద్వేషాన్ని తగ్గించడానికి,

ఆధ్యాత్మికతను తిరిగి పొందడానికి, మతం తెలుసుకోవడం అంటే మానవుడిని తెలుసుకోవడం.

భవిష్యత్తులో మతం చనిపోతుందా? లేదు. కాని మతం మారాలి, ఆచారం తగ్గాలి, కరుణ పెరగాలి. మతం మనిషికి సేవ చేయాలి. మనిషి మతానికి కాదు, మతం మనిషి సృష్టి, కాని మనిషిని మించిపోవద్దు, నిజమైన ఆధ్యాత్మికత అంటే నీ విశ్వాసం మరొకరి మానవత్వాన్ని గౌరవించే వరకు మాత్రమే పవిత్రం.

9

సింధు లోయ నాగరికత

మానవ చరిత్రలో నాగరికతల పుట్టుక ఒక మహత్తర ఘట్టం. ప్రకృతిని మాత్రమే ఆధారంగా చేసుకుని జీవించిన వేటగాళ్ళు, పశుపోషకులు, క్రమంగా సమాజ వ్యవస్థలను, పట్టణాలను, వాణిజ్యాన్ని, కళలను, మతాన్ని సృష్టించడం ప్రారంభించారు. ఈ పరిణామ క్రమంలో ప్రపంచంలోని మొదటి ప్రధాన నాగరికతలలో ఒకటైన సింధు లోయ నాగరికత ప్రత్యేక స్థానం సంపాదించింది.

ఈ నాగరికత క్రీ.పూ. 2500 - 1500 మధ్య విస్తరించి ఉండగా, నేటి పాకిస్తాన్, ఉత్తర భారతదేశం, గుజరాత్, హర్యానా, రాజస్థాన్ ప్రాంతాలలో విస్తరించి ఉన్న హరప్పా, మొహెంజొదారో, లోథల్, ధోలవీరా, కాళిబంగన్ వంటి పట్టణాల తవ్వకాల ద్వారా వెలుగులోకి వచ్చింది.

ఇది కేవలం ఒక పట్టణ నాగరికత మాత్రమే కాదు. దీనిలో ప్రణాళికాబద్ధ జీవనం, ఆర్థిక స్థిరత్వం, సామాజిక సమానత్వం మాత్రమే కాకుండా, మత సంప్రదాయాలు, ధార్మిక ఆచారాలు, ఆధ్యాత్మిక భావజాలం కూడా బలంగా ప్రతిబింబించాయి. ఇవి తర్వాతి వేద మతానికి, హిందూ మత సంప్రదాయాలకు, బౌద్ధం, జైనిజం వంటి తాత్విక ఉద్యమాలకు బలమైన పునాది వేశాయి.

నగర నిర్మాణం శుద్ధి భావనకు పునాది. సింధు ప్రజలు తమ పట్టణాలను అత్యంత శాస్త్రీయంగా నిర్మించారు. వీధులు ఒకదాని కొకటి తొంభై డిగ్రీల కోణంలో ఉండటం, ఇళ్ళలో గదులు, కిటికీలు, వాయు ప్రసరణ వ్యవస్థ ఉండటం, శుద్ధి కోసం వేరే గదులు ఏర్పాటు చేయటం, ఇవన్నీ పురాతన ప్రపంచంలో అరుదైన లక్షణాలు.

మొహెంజొదారోలో లభించిన మహాస్నాన గృహం మతపరమైన ప్రాముఖ్యత కలిగినది. కేవలం శరీర శుభ్రతకే కాదు, మతపరమైన పవిత్రతను సాధించడానికి కూడా ఉపయోగించబడ్డదని పురావస్తు శాస్త్రవేత్తల అభిప్రాయం. ఈ శుద్ధి భావనే తర్వాత హిందూ మతంలో గంగా స్నానం, తీర్థయాత్రలు రూపంలో విస్తరించింది.

ఆర్థిక జీవనం మత పునాదులు, వ్యవసాయం సింధు ప్రజలు గోధుమ, యవ, పెసలు, నువ్వులు వంటి పంటలను పండించేవారు. వర్షం, నదులపై ఆధారపడిన ఈ వ్యవసాయం వారికి నీటి పవిత్రత అనే విశ్వాసాన్ని ఇచ్చింది. తర్వాతి కాలంలో నదులను దేవతలుగా పూజించే ఆచారం ఇక్కడి నుంచే పుట్టిందని చెప్పవచ్చు.

పశుపోషణ ఎద్దు, గొర్రె, మేక, గేదెలు వంటి పశువులను పెంచేవారు. ఎద్దు ప్రత్యేక స్థానం సంపాదించింది. ఇది శక్తి, సమృద్ధి, సంతానోత్పత్తికి సంకేతంగా భావించబడింది. తర్వాత నంది, శివుని వాహనం అనే విశ్వాసం ఈ సంప్రదాయానికి కొనసాగింపు.

వాణిజ్యం, లోథల్ నౌకాశ్రయం ద్వారా సింధు ప్రజలు మెసపొటేమియా వంటి దేశాలతో వాణిజ్యం చేసేవారు. ముద్రలు వాణిజ్యంలోనూ మతపరమైన సంకేతాలుగానూ ఉపయోగించబడ్డాయి.

సామాజిక జీవనం, సమానత్వం, స్త్రీ స్థానం, సింధు నాగరికతలో రాజుల ఆధిపత్యం స్పష్టంగా కనిపించదు. ప్రజలు సమానంగా జీవించేవారని భావిస్తున్నారు. మాతృదేవి విగ్రహాలు విస్తారంగా లభించాయి. ఇది స్త్రీకి గౌరవస్థానం ఇచ్చిన సమాజమని సూచిస్తుంది. కళా ప్రియత కాంస్య నృత్యకారిణి విగ్రహం, ఆభరణాలు. వీటితో స్త్రీ కేవలం గృహపరిమితి కాకుండా, కళ, మతంలోనూ పాత్ర పోషించిందని

తెలుస్తుంది. ఈ సమానత్వ దృక్పథమే తర్వాతి మాతృదేవి ఆరాధన, శక్తి సంప్రదాయం రూపంలో అభివృద్ధి చెందింది.

సింధు మత విశ్వాసాల ప్రధానాంశాలు, ప్రకృతి ఆరాధన సూర్యుడు, చంద్రుడు, నదులు, వృక్షాలు, జంతువులు పవిత్రంగా భావించారు. పీపల్ చెట్టు ప్రత్యేకంగా పూజించబడింది. మాతృదేవి ఆరాధన మట్టి విగ్రహాలు స్త్రీ రూపంలో లభించాయి. సంతానోత్పత్తి, సస్యసంపద, సమృద్ధి కోసం మాతృదేవిని పూజించేవారు. తర్వాత ఇది పార్వతి, దుర్గ, లక్ష్మి ఆరాధనగా మారింది.

పశుపతి శివుడు యోగాసనంలో కూర్చున్న దేవుడు, చుట్టూ జంతువులు, పశుపతి ముద్ర. ఇది తర్వాతి శివారాధన, యోగా సంప్రదాయానికి పునాది.

జంతు ఆరాధన, ఎద్దు, పులి, ఏనుగు, ఖడ్గమృగం ముద్రల్లో కనిపించాయి. ఎద్దు నంది ఆరాధనకు మూలం. నాగారాధన, నాగం రక్షక దేవతగా పూజించబడింది.

శుద్ధి ఆచారాలు, మహాస్నాన గృహం ద్వారా పవిత్ర స్నానం. తర్వాతి కాలంలో తీర్థయాత్రలు, నదీ స్నానం ఆచారాలుగా అభివృద్ధి. మతాచారాలు, తవ్వకాల ఆధారాలు మహాస్నానకుండం పవిత్ర స్నానం. అగ్నికుండాలు యజ్ఞ, హవనాల ఆరంభం. సమాధులు మరణానంతర విశ్వాసం. పూజా స్థలాలు ఆలయ నిర్మాణాలు స్పష్టంగా లేకపోయినా, విగ్రహాలు, యజ్ఞకుండాలు దొరికాయి.

సింధు లోయ మత సంప్రదాయాలు వేద మతానికి మూలం అయ్యాయి. అగ్ని పూజ వేద యజ్ఞాల పునాది. పశుపతి శివుడు శైవ సంప్రదాయం. మాతృదేవి పూజ శక్తి సంప్రదాయం. జలపవిత్రత గంగాస్నానం, తీర్థయాత్రలు. వృక్షపూజ పీపల్, వటవృక్షం. సింధు నాగరికతలో మతం కేవలం విశ్వాసం కాదు, అది జీవన విధానం. శుద్ధత శరీర, మనసు పవిత్రత. సమృద్ధి పంటలు, పశువుల రక్షణ. సమానత్వం స్త్రీ, పురుష గౌరవం. ఈ నాగరికతలో పుట్టిన ఆధ్యాత్మిక ప్రవాహం

తర్వాతి వేద మతం, హిందూ మత సంప్రదాయం, బౌద్ధం, జైనిజం వరకు విస్తరించింది.

సింధు లోయ నాగరికతను కేవలం ఒక పురాతన చారిత్రక ఘట్టంగా మాత్రమే చూడటం, మానవ మేధస్సు చేసిన అతి సరళమైన విశ్లేషణ అవుతుంది. వాస్తవానికి, అది మత చరిత్రలోని మూలాధారాలలో ఒకటిగా పరిగణించదగిన మహత్తర దశ. ఎందుకంటే, అక్కడ మనకు కనిపించేది రాజ్యాధికార కేంద్రీకరణ కాదు, దేవాలయ మహాసంస్థలు కాదు, యుద్ధ వీరత్వ కథనాలు కూడా కాదు, కాని క్రమబద్ధమైన జీవనం, పరిశుభ్రత, సమూహ శ్రేయస్సు, ప్రకృతితో సమన్వయం, ఇవే ఆ నాగరికత యొక్క మూల లక్షణాలు.

సింధు లోయలో కనబడిన గృహ నిర్మాణ విధానం, మురుగు కాలువల వ్యవస్థ, స్నాన గృహాల ప్రాధాన్యం, ఇవన్నీ ఒక భౌతిక నాగరికతకు మించిన ఆధ్యాత్మిక దృష్టిని సూచిస్తాయి. ముఖ్యంగా మహాస్నాన గృహం కేవలం శరీర శుభ్రతకే పరిమితం కాకుండా, అంతర్ముఖ శుద్ధి భావనకు సూచనగా నిలుస్తుంది. ఇది తర్వాతి భారతీయ మతాలలో కనిపించే శౌచం, పవిత్రత, ఆచార స్నానాల భావనకు తొలి బీజరూపంగా భావించవచ్చు.

సింధు ముద్రలపై కనిపించే వృక్షాలు, జంతువులు, త్రిముఖ యోగాసనములో కూర్చున్న మూర్తి వంటి చిహ్నాలు మనిషి ప్రకృతితో, జంతుజాలంతో, అంతర్ముఖ శక్తులతో కలిగిన అనుబంధాన్ని సూచిస్తాయి. ఇవి తరువాతి కాలంలో అభివృద్ధి చెందిన శైవ, యోగ, ప్రకృతి ఆరాధనా సంప్రదాయాలకు మూలరూపాలుగా భావించవచ్చు. దేవుడు ఒక బాహ్య అధికారం కాదు, జీవన వ్యవస్థలో భాగమనే భావన ఇక్కడ మౌనంగా వ్యక్తమవుతుంది.

సింధు లోయ నాగరికతలో ఇప్పటివరకు లభించిన ఆధారాలలో, ఒక కేంద్రీకృత మతాధికార వ్యవస్థ, పూజారి వర్గం, లేదా శాసనాత్మక దేవాలయ వ్యవస్థ

స్పష్టంగా కనిపించదు. ఇది మతం ఒక నియంత్రణ యంత్రంగా కాకుండా, జీవన విధానంగా, సహజ సమన్వయంగా ఉన్న దశను సూచిస్తుంది. భయం ఆధారంగా మతం పుట్టకముందు, అవగాహన ఆధారంగా జీవితం నడిచిన కాలంగా దీనిని చూడవచ్చు.

సింధు లోయ నాగరికత పతనం రాజకీయంగా, ఆర్థికంగా జరిగినా, అక్కడ పుట్టిన ఆలోచనల శక్తి నశించలేదు. అవి వేదాంతం, యోగం, ప్రకృతి ఆరాధన, ధర్మ భావనల రూపంలో భారతీయ మత చింతనలో ప్రవహించాయి. శరీరం నశించినా, ఆలోచన నిలిచినట్లే, ఈ నాగరికత కూడా భౌతికంగా ముగిసినా, మానవ ఆలోచనలో కొనసాగింది.

సింధు లోయ నాగరికతను చరిత్రలో ఒక ముగిసిన అధ్యాయంగా కాకుండా, మత ధర్మ జననానికి మూలాధారమైన మౌన తాత్విక ఘట్టంగా పరిగణించాలి. అక్కడ దేవుడు అరవలేదు, భయపెట్టలేదు; జీవనంలో కలిసిపోయాడు. మతం ఇంకా మతంగా మారకముందు, ధర్మం జీవనంగా ఉన్న ఆది దశను సింధు లోయ నాగరికత మనకు మౌనంగా నేర్పుతుంది.

10

వేద యుగ ధర్మం-మత సంప్రదాయాలు

భారతీయ నాగరికత మత ధార్మిక రంగంలో చేసిన సృష్టి అద్భుతం. సింధు నాగరికతలో కనిపించిన ఆరాధనాత్మక రూపాలు శివలింగాలు, తల్లి దేవత విగ్రహాలు, నాగపూజ తర్వాత వేద యుగం లో మానవ ఆలోచన మరింత లోతైన ధార్మిక తాత్వికతకు దారితీసింది. వేదాలు కేవలం యజ్ఞ మంత్రాల సమాహారం కాదు, అవి భారతీయ సమాజ, సాంస్కృతిక, ధార్మిక నిర్మాణానికి పునాది.

వేద సాహిత్యాన్ని నాలుగు విభాగాలుగా విభజిస్తారు, సంహితలు మంత్రాల సంకలనం (ఋగ్వేద, యజుర్వేద, సామవేద, అథర్వవేద) బ్రాహ్మణ గ్రంథాలు, యజ్ఞవిధాన వివరణలు, ఆరణ్యకాలు అరణ్యాలలో నివసించే వనప్రస్థుల తాత్విక ఆచరణ, ఉపనిషత్తులు తాత్విక విచారణ, ఆత్మ బ్రహ్మ తత్త్వం.

వేద యుగ ధర్మ భావన, ఋత విశ్వ నియమం, ఋగ్వేదంలో తరచూ వచ్చే పదం ఋత. అర్థం విశ్వంలోని సహజ క్రమం. సూర్యోదయం, వర్షాలు, ఋతువుల మార్పు ఇవన్నీ ఋత నియమం.

వేద మంత్రం ऋतं च सत्यं चाभिद्धात् तपसोऽध्यजायत । (Rigveda 10.190.1) 'ఋతమును మరియు సత్యమును తపస్సు నుండే బ్రహ్మాండంలో అవతరింపజేసింది' సత్యం, ఋత ఈ రెండూ సృష్టి మూలాలు. ఋత భావన నుండి అభివృద్ధి చెందినది ధర్మం.

సమాజ క్రమం, నైతిక విలువలు, దైవ ఆజ్ఞ ఇవన్నీ కలిపే భావన. యజ్ఞం చేయడం, వచనసత్యం నిలబెట్టడం, అతిథి సత్కారం ఇవన్నీ ధర్మ కర్తవ్యాలు.

వేద మత సంప్రదాయాలు ప్రకృతి దేవతల ఆరాధన వేద మంత్రాలలో ప్రధాన దేవతలు ఇంద్రుడు ఋగ్వేదంలో 250 కి పైగా స్తోత్రాలు.

मूल मंत्रः (ఋగ్వేదం 1.1.1)

अग्निमीळे पुरोहितं

यज्ञस्य देवमृत्विजम्।

होतारं रत्नधातमम्॥

'యజ్ఞమునకు పురోహితుడై, దేవతల మధ్య ఋత్విజుడై, హోతగా నిలిచే అగ్నిని నేను స్తుతించుచున్నాను. ఆయనే రత్నములను ప్రసాదించువాడు' ఇక్కడ అగ్ని అనేది కేవలం అగ్ని దేవుడు కాదు, అది జ్ఞానానికి ప్రతీక, మనిషి ప్రకృతి, దైవం మధ్య సంధానకర్తగా నిలిచే చైతన్య అగ్ని.

మొదటి మంత్రం అగ్ని ఆరాధనతో ప్రారంభం. వరుణుడు నీటి దేవుడు, సత్యధర్మ రక్షకుడు. మిత్రుడు ఒప్పందాల కాపరి, ఉషస్ ఉదయ దేవత, అశ్వినులు వైద్య దేవతలు, యజ్ఞాలు యజ్ఞం ద్వారా దేవతలతో సంబంధం. సరళ యజ్ఞాలు గృహ యజ్ఞాలు, అగ్నిహోత్రం. విశాల యజ్ఞాలు అశ్వమేధ, రాజసూయ, యజ్ఞాల ద్వారా వర్షం, సౌభాగ్యం కలుగుతుందని నమ్మకం.

బ్రాహ్మణ గ్రంథాల విశ్లేషణ, బ్రాహ్మణ గ్రంథాలు యజ్ఞ విధానాలకు చే పుస్తకం లాంటివి. శతపథ బ్రాహ్మణం అశ్వమేధ యజ్ఞానికి విపుల వివరణ. ఐతరేయ బ్రాహ్మణం సామాజిక ధర్మాల వ్యాఖ్యానం. యజ్ఞం చేయని వాడు పాపి అవుతాడు అని శతపథ బ్రాహ్మణం **शतपथ ब्राह्मणम् (11.5.6) "सत्यं वै देवाः। अनृतं मनुष्याः।" 'సత్యమే దేవతల స్వరూపము, అసత్యమే మానవుని స్వభావము'** అని చెబుతుంది. ఇది యజ్ఞాన్ని కేవలం భక్తి కాకుండా సామాజిక బలవంతం కూడా చేసిందని సూచిస్తుంది.

ఆరణ్యకాలు వనప్రస్థులకు తాత్విక ధ్యాన మార్గదర్శకం. కర్మకాండం నుండి ధ్యానం, తపస్సు వైపు మార్పు.

ఉపనిషత్తులు ఆత్మ బ్రహ్మ ఏకత్వం, మోక్ష సాధన. तत्त्वमसि నీవే ఆ పరబ్రహ్మం. अहं ब्रह्मास्मि నేనే బ్రహ్మం. వేద యుగపు సామాజిక ప్రభావం వర్ణవ్యవస్థ పురుషసూక్తం (ఋగ్వేదం 10.90) బ్రాహ్మణ, క్షత్రియ, వైశ్య, శూద్ర వర్ణాలు. ప్రారంభంలో వృత్తి ఆధారంగా ఉండగా, తర్వాత జన్మ ఆధారంగా మారింది. స్త్రీ స్థానం గార్గీ, మైత్రేయి వంటి తాత్విక స్త్రీలు. తర్వాతి వేదకాలంలో స్త్రీ స్వేచ్ఛ తగ్గింది.

రాజకీయ వ్యవస్థ, రాజు తన అధికారాన్ని యజ్ఞాల ద్వారా బలపరిచేవాడు. రాజసూయ, అశ్వమేధ యజ్ఞాలు రాజకీయ, ధార్మికాధికారం కలయిక. ధనాత్మక పంథా ప్రకృతి పూజ నుండి తాత్విక విచారణకు ఎదుగుదల. విశ్వ సత్యం (ఋత), ధర్మ భావన. ఉపనిషత్తులలో ఆధ్యాత్మిక గంభీరత. వర్ణవ్యవస్థ కఠినతరం. స్త్రీ స్థానం తగ్గిపోవడం. యజ్ఞాలు భారం కావడం.

వేద మత సంప్రదాయాల తర్వాతి ప్రభావం, హిందూమతంలో భక్తి, పూజలు వేద సంప్రదాయాల మార్పు. బౌద్ధం, జైనం యజ్ఞ కర్మకాండాలను తిరస్కరించి, సరళ ధర్మాన్ని ప్రతిపాదించాయి. అయినప్పటికీ సత్యం, అహింస, ధర్మం అనే విలువలు వేదాల నుండే ప్రభావితమయ్యాయి. వేద యుగ ధర్మం, మత సంప్రదాయాలు భారతీయ చరిత్రలో అత్యంత కీలకమైన మలుపు.

ప్రకృతి పూజ నుండి తాత్విక ధ్యానానికి. యజ్ఞ కర్మకాండం నుండి ఆత్మ బ్రహ్మ తత్త్వానికి. సామాజిక క్రమం నుండి ఆధ్యాత్మిక మోక్షానికి. ఈ పరిణామాలన్నీ తర్వాతి భారతీయ మతాల ఆవిర్భావానికి పునాది అయ్యాయి.

11

ఈజిప్టు నాగరికత

ప్రపంచ చరిత్రలో నైల్ నది ఒడ్డున వికసించిన ఈజిప్టు నాగరికత అత్యంత ప్రభావవంతమైనదిగా పరిగణించబడింది. సుమారు క్రీస్తుపూర్వం 3100 ప్రాంతంలో ఫెరావోలు పాలనలో ఈ నాగరికత ఉద్భవించి, మూడు వేల సంవత్సరాలకు పైగా వికసించింది.

నైల్ నది వార్షిక వరదలు భూమికి ఉప్పెనలు తేవడం, వ్యవసాయానికి సారవంతమైన నేల ఇవ్వడం వల్ల సమాజం క్రమంగా అభివృద్ధి చెందింది. ఈ వనరులు వారిని శాస్త్రవేత్తలు, ఖగోళజ్ఞులు, వైద్యులు, ఇంజనీర్లు, కళాకారులుగా తీర్చిదిద్దాయి.

ఈజిప్టు ప్రజలు సామాజికంగా క్రమబద్ధమైన నిర్మాణం కలిగిన వారు. రాజు (ఫెరావో) దేవుడి ప్రతినిధిగా భావించబడేవాడు. అతడి కింద ఉన్న పూజారులు, సైనికాధికారులు, శిల్పులు, రైతులు సమాజాన్ని నడిపించారు. వ్యవసాయం గోధుమలు, బార్లీ, పప్పు ధాన్యాలు, ద్రాక్ష ముఖ్య పంటలు. వృత్తులు కట్టడాల నిర్మాణం, శిల్పకళ, నౌకా తయారీ ప్రధానమైనవి. కళలు గోడచిత్రాలు, శిల్పాలు, హైరోగ్లిఫిక్ లిపి ద్వారా మతపరమైన విశ్వాసాలను ప్రతిబింబించారు.

మత పుట్టుక, ఆచారాలు, ఈజిప్టు ప్రజల మతం ప్రధానంగా బహుదేవతా పద్ధతి ఆధారంగా ఉండేది. వారి విశ్వాసాలు ప్రకృతితో ముడిపడి ఉన్నాయి. సూర్యదేవుడు 'రా' సృష్టికర్త, జీవనాధారం. ఓసిరిస్ మరణానంతర లోక దేవుడు, ఐసిస్ తల్లి దేవత, కరుణామూర్తి, హోరస్ ఫెరావోలకు రక్షకుడు, అనుబిస్ మమ్మీలకు రక్షక దేవుడు. వారి మత విశ్వాసంలో మరణం అంతం కాదు, అది మరో లోకానికి

మార్పు మాత్రమే అనే భావన కేంద్రంగా ఉండేది. అందుకే మమ్మీలుగా శవాలను సంరక్షించారు.

ఈజిప్టు ప్రజలు ఆత్మ శరీరంలోనే కొనసాగుతుందని నమ్మారు. శరీరం నశిస్తే ఆత్మ కూడా చెదరిపోతుందని భావించారు. అందుకే వారు ప్రత్యేకమైన మమ్మిఫికేషన్ పద్ధతిని అభివృద్ధి చేశారు. ఇది శవాన్ని శతాబ్దాల పాటు నిలిపే శాస్త్రీయ ప్రక్రియ. డెడ్ బుక్ అనే గ్రంథం మరణానంతర లోకాన్ని వివరిస్తుంది. ఓసిరిస్ ముందు తీర్పు పొందిన ఆత్మ ధర్మబద్ధమైనదైతే స్వర్గానికి వెళ్తుందని, పాపిష్టి అయితే శిక్షపడుతుందని నమ్మకం.

పిరమిడ్లలోని చిత్రాలు, శిల్పాలు, పిరమిడ్ గోడలపై గీయబడిన చిత్రాలు, శాసనాలు మత విశ్వాసాలకు ప్రతిబింబం. వీటిలో ఆత్మ యాత్ర, ఓసిరిస్ తీర్పు, సూర్యదేవుని ఆరాధన, జంతు రూపాలున్న దేవతలు, దైనందిన జీవన దృశ్యాలు అన్నీ కనిపిస్తాయి. ఇవి కేవలం అలంకారం కాకుండా మతపరమైన సూచనలు.

ఈజిప్టు ప్రజలు ఆకాశాన్ని దేవతల గృహంగా భావించారు. సూర్యుడు, నక్షత్రాలు, చంద్రుడు వారి మత క్రమంలో కీలక పాత్ర పోషించాయి. ఓరియన్ నక్షత్ర మండలం ఓసిరిస్‌కు సంబంధించింది. సిరియస్ నక్షత్రం నైల్ వరదలు ప్రారంభమయ్యే సమయాన్ని సూచించింది. అందువల్ల మతం, వ్యవసాయం, ఖగోళ శాస్త్రం పరస్పరం మిళితమై ఉన్నాయి.

ఈజిప్టు మతం తరువాతి నాగరికతలపై లోతైన ప్రభావం చూపింది. మరణానంతర విశ్వాసం, న్యాయ తూలం అనే ధర్మ భావన గ్రీకు, రోమన్ మరియు ఆ తరువాత క్రైస్తవ మతంలో కూడా కనిపిస్తుంది. ఈజిప్టు నాగరికతలో మతం కేవలం ఆధ్యాత్మిక విశ్వాసం కాకుండా సామాజిక క్రమాన్ని, శాస్త్రీయ ఆవిష్కరణలను, కళలను, సాహిత్యాన్ని మలిచిన శక్తి. పిరమిడ్లు దీనికి శాశ్వత సాక్ష్యం.

చరిత్రలో ప్రతి నాగరికతకు మతం ఒక ఆత్మీయ బలం. అది సమాజానికి విలువలు, నీతులు, భయభక్తులను అందిస్తుంది. అదే మతం అధిక ఆచారాలు, మూఢ విశ్వాసాల బరువుగా మారితే అది నాగరికతను కూలద్రోసే శక్తిగా మారుతుంది. ఈజిప్టు నాగరికత దీనికి అతి పెద్ద ఉదాహరణ.

ప్రారంభ దశలో ఈజిప్టు మతం సమాజాన్ని క్రమపద్ధతిలో నడిపించింది. ఓసిరిస్ ధర్మం మరణానంతర తీర్పు భావన ప్రజలలో నైతికతను పెంపొందించింది. సూర్యదేవుడు రా పూజ జీవనాధారమైన నైల్ వరదలతో అనుసంధానం చేసి సమాజానికి శాస్త్రీయ దృక్పథం ఇచ్చింది. ఆలయాలు విద్య, వైద్యం, ఖగోళశాస్త్రానికి కేంద్రాలుగా ఉండేవి.

కాలక్రమేణా మత ఆచారాలు సామాజిక భారముగా మారాయి. మమ్మిఫికేషన్, అంటే శవ సంస్కారాలు ఆర్థికంగా భారంగా మారాయి. రాజులు మాత్రమే కాదు, మధ్యతరగతి కూడా ఈ ఆచారం కోసం అప్పుల్లో కూరుకుపోయింది. పిరమిడ్లు ఫెరావోలు దేవతలుగా భావించి మహాసమాధులు కట్టించడం వల్ల లక్షలాది శ్రామికులు, వనరులు వృథా అయ్యాయి. మరణ ప్రాధాన్యం జీవనోపాధి, వాణిజ్యం, రక్షణ కంటే మరణానంతర లోకం మీదే ఎక్కువ దృష్టి పెట్టడం వల్ల నాగరికత దుర్బలమైంది.

పూజారులు సమాజంలోని ఆర్థిక వనరులను ఆలయాల ద్వారా కేంద్రీకరించారు. ఆలయాలు బ్యాంకుల్లా పని చేసి ధనం, భూములు సేకరించాయి. ఫెరావోలకు మించి పూజారుల ప్రభావం పెరగడంతో రాజకీయ అస్థిరత వచ్చింది. ప్రజలలో అసంతృప్తి పెరిగింది.

మొదట ఖగోళ శాస్త్రం, గణితం మతంతో అనుసంధానమై అభివృద్ధి చెందింది. తరువాతి కాలంలో మాంత్రికత, జ్యోతిష్యపు మూఢనమ్మకాలు పెరిగాయి.

ఆర్థిక వనరులు ఆలయాలకు కట్టిపడేయడం వల్ల వ్యవసాయం, వాణిజ్యం బలహీనపడ్డాయి.

అఖెనటన్ ఫెరావో ఒకే దేవుడైన ఆటన్ పూజను ప్రవేశపెట్టాడు. ఇది ఒక విధంగా మోనోథియిజం ఏకదేవతా సిద్ధాంతం. పూజారుల ప్రతిఘటనతో ఈ సంస్కరణ విఫలమైంది. ఆయన మరణానంతరం పాత మత వ్యవస్థ తిరిగి బలపడింది. ఈ విఫలం సమాజంలో గందరగోళాన్ని మరింతగా పెంచింది.

ఈజిప్టు చివరి దశలో లిబియన్లు, నూబియన్లు, ఆసిరియన్లు, పర్షియన్లు దాడులు చేశారు. రక్షణ, సైన్యాల అభివృద్ధి కంటే పిరమిడ్లు, ఆలయ ఆచారాలపైనే దృష్టి పెట్టడం వల్ల నాగరికత బలహీనపడింది. మత కేంద్రాలు ధనం నిల్వచేసిన కారణంగా దాడిదారులు ఈజిప్టును సులభంగా దోచుకున్నారు. మొదట ఈజిప్టు మతం సమాజాన్ని నిర్మించింది, ప్రజలకు నీతిని నేర్పింది, శాస్త్రాన్ని పెంచింది. క్రమంగా, అధిక ఆచారాల భారము, పూజారుల ఆధిపత్యం, శాస్త్రం కంటే మూఢనమ్మకాల ప్రాధాన్యం, ఆర్థిక వనరుల దుర్వినియోగం, వలన ఈజిప్టు నాగరికత పతనానికి దారితీసింది. నిర్మాణం మరియు పతనం రెండూ మతం ద్వారానే జరిగాయి అనే విషయం ఈజిప్టు నాగరికత మనకు అందించే గొప్ప పాఠం.

12

కెమెట్ నాగరికత

ప్రపంచ నాగరికతల చరిత్రలో కెమెట్ నాగరికత అత్యంత ప్రతిష్ఠాత్మకమైన స్థానం సంపాదించింది. నైల్ నది తీరప్రాంతంలో ఏర్పడిన ఈ నాగరికత మానవ చరిత్రలో అత్యంత దీర్ఘకాలంగా కొనసాగిన, సాంస్కృతికంగా లోతైన, మతపరంగా ప్రభావవంతమైన నాగరికతలలో ఒకటి.

ప్రాచీన ఈజిప్టు నాగరికతను కేవలం పిరమిడ్లు లేదా ఫెరోల వైభవంతో మాత్రమే చూడకూడదు. ఇది మానవ మత, తత్వశాస్త్ర, రాజకీయ, శాస్త్రీయ ఆలోచనలపై గణనీయమైన ప్రభావం చూపిన నాగరికత. ఈ నాగరికత యొక్క ఆవిర్భావం, అభివృద్ధి, పతనం ప్రపంచ మతాలపై చూపిన ప్రభావాన్ని తీసివేయజాలనిది.

కెమెట్ నాగరికత యొక్క కేంద్రబిందువు నైల్ నది. వార్షిక వరదలు దాని తీరప్రాంతంలో అత్యంత ఫలవంతమైన నల్ల నేలను ఉత్పత్తి చేసేవి. ఈ ప్రాంతాన్ని కెమెట్ నల్ల భూమి అని పిలుస్తారు.

వరదల సమయపాలన, నీటి నిల్వ పద్ధతులు, వ్యవసాయ విస్తరణ ఈ ప్రాంతంలో ఒక స్థిరమైన సమాజ నిర్మాణానికి దోహదం చేశాయి.

ప్రారంభ దశ క్రీ.పూ 5000 - 3100 వరకు చిన్న గ్రామాల వ్యవసాయ సమాజాలు, మతాచారాల మొదటి రూపాలు. వాణిజ్య మార్గాల స్థాపన, స్థానిక దేవతా పూజా కేంద్రాలు ఏర్పడటం. ఆరంభ రాజవంశ దశ క్రీ.పూ. 3100 – 2686 నార్మర్ రాజు ఆధ్వర్యంలో అపర్ మరియు లోయర్ ఈజిప్టు ఏకీకరణ. మొదటి ఫెరోల ఆధిపత్యం, కేంద్రీకృత పాలన ప్రారంభం. పాత రాజ్యం క్రీ.పూ. 2686 – 2181

పిరమిడ్ల నిర్మాణం ప్రారంభం (గిజా, సక్కారా మొదలైనవి). మతం మరియు రాజరికం మధ్య అవినాభావ సంబంధం స్థిరపడింది. మధ్య రాజ్యం క్రీ.పూ. 2055 – 1650 రాజ్య వ్యవస్థ పునరుద్ధరణ, సాంస్కృతిక వికాసం, కొత్త దేవాలయాల నిర్మాణం. కొత్త రాజ్యం క్రీ.పూ. 1550 – 1070 సామ్రాజ్య విస్తరణ, గొప్ప ఫెరోల కాలం (హాట్షెప్సుట్, అఖెనాటెన్, తుతన్కామెన్, రామసెస్ II) మత సంస్కరణలు, సూర్యదేవుడు ఆటెన్ పూజ.

తరువాతి దశలు క్రీ.పూ 664 నుండి క్రీ.శ 395 వరకు గ్రీకు, రోమన్ల ఆధిపత్యం. స్థానిక మతపద్ధతులు గ్రీకు దేవతలతో మిళితమవడం.

కెమెట్ నాగరికత యొక్క శక్తి వ్యవసాయం మీద ఆధారపడి ఉండేది. నైల్ వరదల వల్ల పండే గోధుమలు, బార్లీ, కూరగాయలు, పండ్లు ఈ నాగరికతకు ఆర్థిక స్థిరత్వాన్ని కల్పించాయి. వాణిజ్యం కూడా వికసించింది. వారు నూబియా, పంట్, లెవాంట్ ప్రాంతాలతో బంగారం, దంతం, సుగంధ ద్రవ్యాలు, రత్నాలు మరియు శిల్ప సామగ్రి మార్పిడి చేసేవారు. సమాజంలో స్పష్టమైన స్థాయిలు ఉండేవి.

ఫెరో దేవతల ప్రతినిధి, సర్వాధికారి. పూజారులు మరియు అధికార వర్గం మతాచారాలు మరియు రాజ్య పాలనలో కీలకులు. సైనికులు, కళాకారులు, వ్యాపారులు, రైతులు, కూలీలు సమాజ మూలాధారం.

కెమెట్ నాగరికతలో మతం కేవలం ఆరాధనకే పరిమితం కాలేదు. అది రాజకీయ వ్యవస్థ, కళలు, వాస్తుశిల్పం, తత్వశాస్త్రం అన్నింటికీ కేంద్రమైంది. వీరు ప్రకృతి శక్తులలో దేవత్వాన్ని చూశారు. నైల్ నది, సూర్యుడు, భూమి, ఆకాశం ఇవన్నీ దేవతల రూపాలుగా పూజింపబడ్డాయి.

రా సూర్యదేవుడు, ఐసిస్ తల్లితనానికి ప్రతీక, ఓసిరిస్ మరణానంతర జీవితం దేవుడు, హోరస్ ఆకాశ దేవుడు, అనుబిస్ శవ సంస్కార దేవుడు, ఈ దేవతల పూజ పద్ధతులు, కథలు, చిహ్నాలు తర్వాత గ్రీకు, రోమన్ల మతవ్యవస్థల్లో ప్రభావం

చూపాయి.

కెమెట్ నాగరికతలో తత్వశాస్త్రం మాత్ అనే సూత్రం చుట్టూ తిరిగేది ఇది సత్యం, న్యాయం, సమతుల్యంను సూచిస్తుంది. ప్రతి వ్యక్తి జీవితం మాత్ సూత్రానికి అనుగుణంగా ఉండాలని నమ్మకం. శవాల బరువును "మాత్ గులాబీ ఈక" తో తూకం వేసి వారి ఆత్మ భవిష్యత్తును నిర్ణయించే కథ ప్రసిద్ధి చెందింది. ఇది తర్వాత యూద, క్రైస్తవ, ఇస్లామిక్ ఆలోచనల్లో న్యాయదినం భావనలకు పునాది వేసింది. మతవ్యవస్థ యొక్క లోతైన రూపాలు, దేవాలయ వ్యవస్థ, పూజాచారాలు, అంత్యక్రియలు మరియు ఆత్మజీవిత తత్వం. తత్వశాస్త్ర ప్రభావం మరియు గ్రీకు, యూద మతాలపై చూపిన ప్రాథమిక ప్రభావాలు. మతవ్యవస్థ, పూజాచారాలు, ఆత్మజీవిత తత్వం మరియు ప్రపంచ మతాలపై ప్రభావం.

ప్రాచీన కెమెట్ నాగరికతలో మతవ్యవస్థ అత్యంత సుసంఘటితమైనది. ఇది కేవలం దేవతా విశ్వాసాల సమాహారం కాదు, సమాజ క్రమబద్ధీకరణ, పాలన, కళలు, శాస్త్రం మరియు తత్వశాస్త్రాలతో అనుసంధానమై ఉన్న సమగ్ర సాంస్కృతిక వ్యవస్థ. ఈ మతవ్యవస్థ తర్వాత ప్రపంచంలోని అనేక మతాల రూపకల్పనలో పరోక్ష, ప్రత్యక్ష ప్రభావాన్ని చూపింది.

కెమెట్ నాగరికతలో దేవాలయాలు కేవలం పూజా స్థలాలు మాత్రమే కావు, అవి ఆర్థిక, రాజకీయ, శాస్త్రీయ, విద్యా కేంద్రాలు. దేవాలయాలు రాజు మరియు దేవత మధ్య బంధాన్ని ప్రతిబింబించేవి. ప్రతి దేవాలయానికి ప్రత్యేక పూజారుల వర్గం ఉండేది. దేవాలయాలు వ్యవసాయ భూములను, వాణిజ్య కేంద్రాలను నియంత్రించేవి. దేవాలయాలలో ఖగోళ పరిశీలన కేంద్రాలు ఉండేవి. నక్షత్రాల ఆధారంగా పూజా సమయాలు, పండుగలు నిర్ణయించబడేవి. నిర్మాణం సూర్యోదయ, సూర్యాస్తమయ దిశలకు సరిగ్గా సరిపడే విధంగా ఉండేది. ఇది ఆధ్యాత్మికత మరియు ఖగోళశాస్త్రం మధ్య బంధాన్ని చూపుతుంది. కర్నాక్ దేవాలయం, లక్సోర్ దేవాలయం, అబు సింబెల్

దేవాలయం వంటి నిర్మాణాలు ఈ మత వ్యవస్థ యొక్క మహత్తును స్పష్టంగా చూపిస్తున్నాయి.

కెమెట్ ప్రజల మతాచారాలు అత్యంత ప్రామాణికంగా, కాలమానం ప్రకారం నిర్వహించబడేవి. దేవతలకు నైవేద్యాలు సమర్పించేవారు. ధాన్యాలు, పువ్వులు, పాలు, తేనె, సుగంధ ద్రవ్యాలు. దేవతా విగ్రహాల శుభ్రపరిచే ప్రత్యేక పూజలు ఉండేవి. వీటిని పూజారులు మాత్రమే చేయగలరు. సంగీతం, నృత్యం, గీతాలు పూజలలో అంతర్భాగం. వార్షిక ఉత్సవాలు, సూర్యుడి పథం ఆధారంగా జరుపుకునే వేడుకలు దేశవ్యాప్తంగా గొప్పగా నిర్వహించేవారు.

కెమెట్ నాగరికతలో మరణానంతర జీవితం పై ఉన్న విశ్వాసం ప్రపంచ మత చరిత్రలో అత్యంత ప్రభావవంతమైన అంశాలలో ఒకటి. వీరు మరణం అంతం కాదు, అది ఓసిరిస్ లోకానికి ప్రయాణం అని నమ్మేవారు.

శవాలను మమ్మీలుగా సంరక్షించే విధానం మమ్మిఫికేషన్ ఈజిప్టు ప్రజల ప్రత్యేకత. శరీరం చెడిపోకుండా ఉండటమే కాకుండా ఆత్మ తిరిగి దానిలోకి వస్తుందని వీరు విశ్వసించేవారు. అంత్యక్రియల్లో శవం పక్కన ఆహారం, పరికరాలు, బొమ్మలు, మంత్రాలు ఉంచేవారు.

కెమెట్ మతం కేవలం కర్మకాండాల సమాహారం కాదు. ఇది ఒక తత్వశాస్త్ర సమాఖ్య. దీనికి కేంద్రం మాత్ అనే సిద్ధాంతం, మాత్ అంటే సత్యం, న్యాయం, సమతుల్యం, విశ్వ క్రమం. ఫెరో మరియు ప్రజలు మాత్ సిద్ధాంతానికి అనుగుణంగా జీవించాలి. ఇది విశ్వం సమతుల్యంలో ఉండేందుకు అవసరం. ఈ తత్వం తర్వాత గ్రీకు తత్వవేత్తలు ప్లేటో, పితాగరస్, హెరోడోటస్ వంటి వారు అధ్యయనం చేశారు. గ్రీకు న్యాయ, తత్వవ్యవస్థలో సమతుల్యం అనే భావన కెమెట్ తత్వానికి ప్రభావితమైందని ఆధారాలు ఉన్నాయి.

కెమెట్ మతవ్యవస్థ అనేక మార్గాల్లో ప్రపంచంలోని ఇతర మతాలపై లోతైన

ప్రభావం చూపింది. గ్రీకు మతం మరియు తత్వశాస్త్రం, గ్రీకు దేవతల రూపాలైన జ్యూస్, హెలియోస్ మొదలైనవి ఈజిప్టు దేవతల రూపాలకు సమానంగా ఉన్నాయి. గ్రీకు ఖగోళ ఆలోచనలపై ఈజిప్టు పూజా క్రమాలు ప్రభావం చూపాయి. తత్వవేత్తలు ఈజిప్టుకు వచ్చి విద్య, మతాచారాలను అభ్యసించారు.

యూద మతం, మోషే కథ, ఎగ్జోడస్ గాథ ఈజిప్టు నేపథ్యంతో ముడిపడి ఉంది. యూద మతంలోని ఏకదేవత భావన, అఖెనాటెన్ యొక్క సూర్యదేవుడి పూజా ఉద్యమం నుండి ప్రభావితమై ఉండొచ్చని కొంతమంది చరిత్రకారుల అభిప్రాయం.

క్రైస్తవ మతం, ఐసిస్ దేవతను మడోన్నా-మేరీ రూపంగా చూపడం, ఓసిరిస్ పునరుత్థానం కథ యేసు పునరుత్థానం కథలతో పోలికలున్నాయి. దేవాలయ నిర్మాణ శైలి, పూజా క్రమాలు కూడా ఈజిప్టు మూలాలను ప్రతిబింబిస్తాయి.

ఇస్లాం మరియు ఇతర మతాలు, న్యాయదినం, పరలోకం, సత్యత తూకం వంటి భావనలు కెమెట్ మతంలో ఇప్పటికే ఉండేవి. ఆఫ్రికా మరియు మధ్యప్రాచ్యంలో పాత పూజా కేంద్రాలు ఇస్లామిక్ కాలంలో కూడా ప్రాధాన్యం పొందాయి.

కెమెట్ నాగరికత పతనం ఒక్కసారిగా జరగలేదు. ఇది రాజకీయ దాడులు (పర్షియన్, గ్రీకు, రోమన్), ఆర్థిక క్షీణత, మతపరమైన మార్పులు కలయికగా జరిగింది. అఖెనాటెన్ కాలంలో సూర్యదేవుడిని మాత్రమే పూజించే ఏకదేవత ఉద్యమం సంప్రదాయ మతవ్యవస్థను కదిలించింది. గ్రీకు, రోమన్ల ప్రభావంతో స్థానిక దేవతా పూజలు క్రమంగా క్షీణించాయి. క్రైస్తవ మతం పెరగడంతో పాత దేవాలయాలు మూసివేయ బడ్డాయి. అయినా ఈ నాగరికత యొక్క మతవ్యవస్థ ప్రపంచ మతచరిత్రలో చెరగని ముద్ర వేసింది. కెమెట్ నాగరికత మానవ మత ఆలోచనలకు, తత్వశాస్త్రానికి, దేవాలయ నిర్మాణానికి, పరలోక విశ్వాసాలకు, ఖగోళపూజలకు

ప్రధాన పునాది వేసింది. ఇది కేవలం ఒక ఆఫ్రికన్ నాగరికత మాత్రమే కాదు. ఇది ప్రపంచ మతాల రూపకల్పనలో ఒక నిశ్శబ్ద శిల్ప చెక్కుదల.

రాజ్య వ్యవస్థలో ఫరో అత్యున్నతాధికారిగా పరిగణించబడ్డాడు. ఫరోను సాధారణ మానవుడిగా కాకుండా దేవుడిగా పూజించేవారు. అతని ఆజ్ఞలను ధర్మంగా భావించేవారు.

ఫరో రాజ్యానికి రాజకీయ నాయకుడిగానే కాకుండా ఆధ్యాత్మిక మార్గదర్శకుడు కూడా. అతని ద్వారా దేవతల ఆశీర్వాదం ప్రజల వరకు చేరుతుందని విశ్వసించేవారు.

కెమెట్ నాగరికతలో మతం ప్రకృతితో ముడిపడి ఉండేది. సూర్యుడు, నైల్ నది, భూమి, వర్షం వంటి సహజ శక్తులను దేవతల రూపంలో ఆరాధించడం మొదటి దశ. ముఖ్యమైనది రా, సూర్య దేవుడు. సూర్యుడు ఉదయించి అస్తమించే ప్రక్రియను వారు దేవుని జననం జీవనం మరణం అనే చక్రంగా పరిగణించారు. రా దేవుడు సృష్టికర్తగా భావించబడి, ప్రతిదినం తూర్పున ఉదయించి పడమరలో అస్తమిస్తాడని, రాత్రిపూట పాతాళ లోకంలో ప్రయాణిస్తాడని నమ్మకం ఉండేది.

ఓసిరిస్, ఐసిస్, హోరస్, సేత్ వంటి దేవతలు జీవితం, మరణం, పునర్జన్మ, సత్యం, ధర్మం, శక్తి వంటి మానవ విలువలకు ప్రతీకలుగా పూజించబడ్డారు. వీటి చుట్టూ పుట్టిన పౌరాణిక గాధలు మతాచారాల మూలంగా మారాయి. ఓసిరిస్‌ను సేత్ చంపడం, ఐసిస్ తిరిగి అతన్ని పునర్జీవింపజేయడం, హోరస్ ప్రతీకార యుద్ధం వంటి కథలు మానవ జీవితంలోని ధర్మం, అధర్మం, మరణం, పునర్జన్మ వంటి విలువలను ప్రతిబింబించాయి.

కెమెట్ సమాజం క్రమపద్ధతిలో విభజించబడి ఉండేది. ఫరో మరియు రాజకుటుంబం దేవతల ప్రతినిధులుగా ఉన్నారు. ఉన్నత పూజారులు, సైన్యాధికారులు రాజకీయ, మత పరిపాలనలో కీలక పాత్ర. లేఖకులు జ్ఞానాన్ని

రక్షించినవారు. వ్యవసాయదారులు, శిల్పకారులు ఆర్థిక బలం. బానిసలు నిర్మాణాలు, యుద్ధ బందీలు మొదలైనవారు. పూజారులు సమాజంలో అత్యంత ప్రభావశీలులుగా ఉండేవారు. వారు దేవాలయాలను నిర్వహించడమే కాకుండా, ఖగోళ శాస్త్రం, వైద్యం, గణితం వంటి విషయాల్లో కూడా ప్రత్యేక జ్ఞానం కలిగి ఉండేవారు. దేవాలయాలు కేవలం మత కేంద్రాలు కాదు, అవి విద్యా కేంద్రాలు, గిడ్డంగులు, ఆర్థిక నియంత్రణ కేంద్రాలుగా కూడా పనిచేశాయి.

కెమెట్ నాగరికతలో మతం, విద్య వేరు కాదు. పూజారులు ఖగోళశాస్త్రం, గణితం, వైద్యం, భవన నిర్మాణ శాస్త్రం, వాతావరణ సూచన వంటి జ్ఞానాలను అభివృద్ధి చేశారు. క్యాలెండర్ వ్యవస్థ, 365 రోజుల సౌర క్యాలెండర్, రా దేవుడికి అనుసంధానం చేయబడింది. వైద్య పుస్తకాల్లో మంత్రాలు మరియు ఔషధ సూచనలు కలిసివుండేవి. ఇది ఆధ్యాత్మికం మరియు శాస్త్రీయం అనే ద్వంద్వ దృష్టికోణాన్ని చూపిస్తుంది.

కెమెట్ మత తత్త్వాలు తరువాత గ్రీకు, రోమన్ మరియు మధ్యప్రాచ్య మత వ్యవస్థలపై లోతైన ప్రభావం చూపాయి. పునర్జన్మ, ఆత్మయానం, తీర్పు దినం, సూర్య దేవుడు వంటి భావనలు యూద మతం, క్రైస్తవ మతం, ఇస్లాం మతం వంటి తరువాతి మతాల్లో ప్రతిధ్వనించాయి.

గ్రీకు తత్వవేత్తలైన పితాగరస్, ప్లేటో మొదలైనవారు కెమెట్ విద్యా కేంద్రాలకు వచ్చి శాస్త్రం నేర్చుకున్నారన్న ఆధారాలు ఉన్నాయి.

కెమెట్ నాగరికత వేల సంవత్సరాలు బలంగా నిలిచినా, క్రమంగా అంతర్గత రాజకీయ విభజనలు మరియు పూజారుల ప్రభావం పెరగడం వలన బలహీనమైంది.

ఫరోలు క్రమంగా రాజకీయ శక్తిని కోల్పోయి, దేవాలయాల పూజారుల ఆధీనంలోకి వెళ్లారు. మత వ్యవస్థ చాలా సంక్లిష్టంగా మారడంతో, రాజ్య పరిపాలనలో స్పష్టత తగ్గింది. స్థానిక నోమార్చులు తమ ప్రాంతాల్లో స్వతంత్రంగా

వ్యవహరించడం మొదలుపెట్టారు. ఈ పరిస్థితులు రాజ్యానికి బలమైన కేంద్ర పాలన లేకుండా చేశాయి. రాజకీయ అస్థిరత మొదలవడం కెమెట్ నాగరికతకు పతనానికి మొదటి సంకేతం.

కెమెట్ నాగరికతలో ఫరో దేవుడిగా పూజించబడేవాడు. ఇది రాజ్యానికి మొదట బలం ఇచ్చింది కాని, కాలక్రమంలో మతం రాజకీయాన్ని నియంత్రించే స్థితికు వెళ్లింది. పూజారులు విపరీతమైన ఆస్తులను సమకూర్చుకున్నారు. దేవాలయాలు ఆర్థిక వ్యవస్థను కూడా నియంత్రించడం మొదలుపెట్టాయి. ఫరోలు కూడా పూజారుల మద్దతు లేకుండా అధికారాన్ని నిలుపుకోలేకపోయారు. ఈ మతాధికారుల అధిక బలం ప్రజలపై అధిక పన్నులు, కఠిన ధార్మిక నియమాలు, మరియు రాజకీయ అవినీతికి దారితీసింది. ప్రజలలో అసంతృప్తి పెరగడంతో పాటు రాజ్య రక్షణ వ్యవస్థ కూడా బలహీనపడింది.

కెమెట్ మత సంప్రదాయాలు చాలా శక్తివంతమైనవి అయినప్పటికీ, పూజారుల నియంత్రణలో బంధితమైన ధర్మం ప్రజలకు భారంగా మారింది.

పిరమిడ్ల నిర్మాణం వంటి భారీ మత ప్రాజెక్టులు ప్రజల శ్రమను విపరీతంగా వాడుకున్నాయి. ధార్మిక ఆచారాలు జటిలమై, సాధారణ ప్రజలకు దూరమయ్యాయి. ప్రజలలో మతంపై విశ్వాసం క్రమంగా తగ్గింది. విదేశీ దేవతలు, కొత్త ఆలోచనలు, తత్వశాస్త్రాలు ప్రవేశించడంతో సంప్రదాయ కెమెటిక్ మతం తన పాత చైతన్యాన్ని కోల్పోయింది.

కెమెట్ పతనం జరిగినా, మత తత్వాలు మరియు విశ్వాస వ్యవస్థలు ప్రపంచవ్యాప్తంగా శాశ్వత ముద్ర వేశాయి. గ్రీకు తత్వవేత్తలు కెమెట్ విద్యా కేంద్రాల్లో చదివి, ఆ జ్ఞానాన్ని తమ దేశాలకు తీసుకెళ్లారు. ఓసిరిస్ ఐసిస్ పౌరాణిక గాధలు గ్రీకు దేవతా కథల్లో పునరావృతమయ్యాయి. సూర్య దేవుడు, తీర్పు దినం, పునర్జన్మ వంటి భావనలు గ్రీకు మతంలో మిళితమయ్యాయి.

కెమెట్‌లోని ఆత్మ తీర్పు భావన యూద మతం మరియు తరువాత క్రైస్తవ మతంలో జడ్జిమెంట్ డే భావనకు పునాది వేసింది. దేవుని ప్రతినిధిగా రాజు ఉండడం అనే భావన పాత నిబంధన కాలంలోని రాజ్యాల్లో కనిపిస్తుంది. మోసే కథలో కెమెట్ నేపథ్యం ప్రత్యక్షంగా ఉంది. క్రైస్తవ సంతాన పునర్జన్మ భావనకు కూడా కెమెట్ తత్త్వాలలో సూర్యుడు, రా చక్రం ప్రేరణగా పరిగణించబడింది.

కెమెట్ నాగరికత తత్త్వాలు ఆఫ్రికా ఖండంలోని అనేక స్థానిక మతాచారాల్లో చిహ్నాల రూపంలో కొనసాగాయి. ఆ తరువాత అమెరికాకు బానిసలుగా తీసుకువెళ్లిన ఆఫ్రికన్ ప్రజలు తమ మత తత్త్వాలను కొత్త మతాలతో కలిపి వూడూ, సాంటేరియా వంటి మతాల రూపంలో కొనసాగించారు.

కెమెట్ నాగరికత రాజకీయంగా, సామాజికంగా పతనం చెందినప్పటికీ, దాని మత తత్త్వాలు, కళా సంపద, తత్వశాస్త్ర దృక్పథాలు నేటికీ ప్రపంచాన్ని ప్రభావితం చేస్తున్నాయి. పిరమిడ్లు, దేవాలయాలు, గోడలపై లిఖితాలు కేవలం చరిత్ర కాదు, అవి మానవ ఆధ్యాత్మిక వికాసానికి శాశ్వత సాక్ష్యాలు. నేటి ఆధునిక మతాల పునాదుల్లో కెమెట్ తత్త్వాల ప్రతిధ్వని స్పష్టంగా వినిపిస్తుంది. కెమెట్ నాగరికత అనేది కేవలం ఒక ఆఫ్రికన్ నాగరికత కథ కాదు. ఇది మానవ ఆధ్యాత్మిక వికాసానికి, శాస్త్రీయ చైతన్యానికి, సామాజిక నిర్మాణానికి ఒక దీర్ఘ గాథ.

ఇది మతం, రాజకీయం, విజ్ఞానం మిళితమై ఎలా ఒక నాగరికతను సృష్టించి, చివరికి పతనానికి దారితీసాయో చెప్పే జీవ చరిత్ర. ఆధ్యాత్మిక ఆలోచనలు, మత భావనలు, ఖగోళ అవగాహన ప్రపంచ మతాల రూపకల్పనలో శాశ్వత ముద్ర వేశాయి.

13

ఒల్మెక్ నాగరికత

ప్రపంచ నాగరికతల చరిత్రలో మేసో అమెరికా ప్రాంతం ప్రత్యేక స్థానం పొందింది. ఈ ప్రాంతంలో క్రీ.పూ. 1500 లో వెలుగులోకి వచ్చిన ఒల్మెక్ నాగరికత మెక్సికో గల్ఫ్ తీరప్రాంతంలో అభివృద్ధి చెందింది.

ఆర్థిక, సాంస్కృతిక, మతపరమైన పునాదులు వేసినందుకు దీనిని మాతృ సంస్కృతి అని పిలుస్తారు. వీరి మతాచారాలు తరువాతి మాయా, అజ్టెక్ నాగరికతలకు పునాదిగా మారి, ఖగోళ పూజలు, పిరమిడ్ నిర్మాణాలు, దేవతా ప్రతీకలు, బలి వ్యవస్థలు వంటి అంశాల రూపంలో ప్రపంచంలోని ఇతర నాగరికతలలో కూడా ప్రతిధ్వనించాయి.

వీరి మత వ్యవస్థలోని మూలకాలు ప్రాచీన ఈజిప్ట్, మెసపొటేమియా, ఇండస్ లోయ, చైనా నాగరికతల పూజా పద్ధతులతో సామ్యాన్ని చూపడం గమనార్హం.

ఒల్మెక్ నాగరికత మెక్సికో దక్షిణంలోని వెరాక్రూజ్, టబాస్కో ప్రాంతాల్లో ఏర్పడింది. ఈ ప్రాంతంలోని ఫలవంతమైన నేలలు, నీటి సమృద్ధి వ్యవసాయ ఆధారిత ఆర్థిక వ్యవస్థ అభివృద్ధికి తోడ్పడ్డాయి. క్రీ.పూ. 1500–400 మధ్యలో వీరు సాన్ లోరెన్సో, లా వెంటా, ట్రెస్జపోటెస్ వంటి నగరాలను నిర్మించారు. ఇవి వాణిజ్య కేంద్రాలుగా మాత్రమే కాకుండా, మతపరమైన కేంద్రములుగానూ ప్రసిద్ధి చెందాయి.

మొక్కజొన్న పంట వీరి ఆర్థిక వ్యవస్థకు మూలాధారం. పంటల ఫలవంతతత కోసం వర్ష దేవుడు, మొక్కజొన్న దేవుడు వంటి ప్రకృతి దేవతలను పూజించేవారు.

వాణిజ్యం ద్వారా రబ్బరు, జేడ్, ఒబ్సిడియన్, ఉప్పు వంటి వస్తువులను ఇతర ప్రాంతాలతో మార్పిడి చేసేవారు. ఈ వాణిజ్య మార్గాల ద్వారానే ఒల్మెక్ మతాచారాలు కూడా విస్తరించాయి.

మహాకాయ శిలా తలలు, పాలకుల ప్రతిరూపంగా చెక్కిన భారీ శిలా తలలు మతపరమైన, రాజకీయ శక్తికి చిహ్నాలుగా నిలిచాయి. రాజులను దేవతల ప్రతినిధులుగా లేదా దేవీకృత రూపాలుగా పరిగణించే భావన ఇక్కడ కనిపిస్తుంది. పిరమిడ్ నిర్మాణాలు, మట్టి, రాళ్లతో పీఠభూముల రూపంలో నిర్మించిన పిరమిడ్లు దేవతల పూజా కేంద్రాలు, ఖగోళ పరిశీలనా స్థావరాలుగా పనిచేశాయి. ఈ నిర్మాణ పద్ధతి తరువాత మాయా, అజ్టెక్ నాగరికతలలో మరింత విస్తరించింది. కళల్లో ప్రతీకాత్మకత, జాగ్వార్ దేవుడు, వర్ష దేవుడు వంటి రూపాలు శిల్పాలు, ముద్రలు, మాస్కులలో విస్తృతంగా ప్రతిఫలించాయి. ఇవి మతాచారాలకు మానసిక బలం ఇచ్చాయి.

ఒల్మెక్ మతం ప్రకృతి ఆధారితమైనది. వర్షం, పంటలు, నక్షత్రాలు, జంతువులు వీరి దేవతల రూపాలుగా కనిపించాయి. మానవ జంతు మిశ్రమ దేవతలు, ముఖ్యంగా జాగ్వార్ రూపం, శక్తి మరియు ఫలవంతతకు చిహ్నంగా నిలిచింది. పూజా కర్మకాండాలు బలిపూజలు, పాటలు, నృత్యాలు, ద్రవ సమర్పణల రూపంలో జరిగేవి. ఖగోళ పరిశీలన వీరి మతానికి వెన్నెముక. దేవాలయాలు సూర్యోదయ సూర్యాస్తమయ దిశల్లో నిర్మించబడ్డాయి.

పూజారులు రాజకీయ వ్యవస్థలో కీలక పాత్ర పోషించారు. రాజులు తమను దేవతల అవతారమని ప్రకటించి పాలన చేపట్టారు. మతపద్ధతులు సామాజిక క్రమాన్ని, రాజకీయ అధికారాన్ని బలపరిచే పునాదిగా మారాయి. ఒల్మెక్ పీఠభూములు, పిరమిడ్లు ఈజిప్ట్ పిరమిడ్లతో సారూప్యత చూపుతున్నాయి.

రెండింటిలోనూ ఖగోళ దిశలు, సూర్యుడు, నక్షత్రాల స్థితులు నిర్మాణ రూపకల్పనలో కీలకం అయ్యాయి.

ఒల్మెక్ మానవ జంతు మిశ్రమ దేవతలు భారతీయ హనుమంతుడు, గరుడు, నరసింహుడు రూపాలతో, అలాగే చైనీయ డ్రాగన్ దేవతలతో పోల్చదగినవి. వీరి ఖగోళ పూజలు మాయా నాగరికత కాలమాన పద్ధతులకు పునాదిగా మారాయి. ఇలాంటి భావనలు భారత నక్షత్ర పంచాంగం, ఈజిప్ట్ సూర్య పూజ, మేసపొటేమియా జ్యోతిష్యాచారాలలో కూడా కనిపిస్తాయి.

జంతు బలి వీరి మతంలో ప్రధానంగా ఉండేది. తరువాతి మాయా, అజ్టెక్ నాగరికతల్లో ఇది మానవ బలుల వరకు అభివృద్ధి చెందింది. ఇదే కాలంలో మేసపొటేమియాలో దేవతలకోసం జంతు బలి, ఈజిప్ట్‌లో సమాధి సమర్పణలు, భారతదేశంలో యజ్ఞాలు కూడా ప్రాచుర్యంలో ఉన్నాయి.

ప్రకృతి వైపరీత్యాలు, అధిక వర్షపాతం, వరదలు, భూకంపాలు పట్టణాల పునాదులను దెబ్బతీశాయి. పర్యావరణ దెబ్బతీత, వనరుల అధిక వినియోగం, అడవుల నాశనం, నేల సారహీనత వ్యవసాయాన్ని దెబ్బతీశాయి. రాజకీయ సామాజిక కల్లోలం, పాలక వర్గం, పూజారుల మధ్య శక్తి పోరు, తిరుగుబాట్లు నగర రాష్ట్రాల విభజనకు దారి తీశాయి. వాణిజ్య మార్గాల మార్పు, కొత్త ఆర్థిక కేంద్రాలు ఎదగడం వల్ల ఒల్మెక్ పట్టణాలు ప్రాధాన్యత కోల్పోయాయి.

ఒల్మెక్ నాగరికత పతనం అనంతరం కూడా వీరి సాంస్కృతిక మతపరమైన అంశాలు మాయా, అజ్టెక్ నాగరికతల్లో కొనసాగాయి. పిరమిడ్ ఆకారపు ఆలయాలు, దేవతా ప్రతీకలు, ఖగోళ పరిశీలనలు తదుపరి నాగరికతలకు వారసత్వంగా మారాయి. నేటి వెరాక్రూజ్, టబాస్కో ప్రాంతాల్లో శిలా తలలు, ఆలయ అవశేషాలు యునెస్కో వారసత్వ ప్రదేశాలుగా సంరక్షించబడ్డాయి.

ఒల్మెక్ నాగరికత ఒక భౌగోళిక ప్రాంతానికి మాత్రమే పరిమితం కాకుండా, ప్రపంచ మత పరిణామ క్రమంలో ఒక అద్వితీయ అధ్యాయం. వీరి ప్రకృతి పూజలు, ఖగోళ విశ్వాసాలు, దేవతా రూపాలు, పిరమిడ్ నిర్మాణాలు, బలి పద్ధతులు ప్రపంచ నాగరికతల మత వ్యవస్థలతో ఆశ్చర్యకరమైన సామ్యాన్ని చూపుతున్నాయి.

ఇది మానవ సమాజం ఆధ్యాత్మికంగా ఒకే మానసిక పునాదిని పంచుకుంటున్నదనడానికి స్పష్టమైన ఉదాహరణ.

14

మతాలలో సాహిత్య ప్రాముఖ్యత

మతం అనేది కేవలం దేవునిపై నమ్మకం కాదు. అది ఒక ఆలోచనా వ్యవస్థ, జీవన విధానం, నైతిక నియమావళి, సామాజిక క్రమం. సాహిత్యం అనేది కేవలం పదాల సమాహారం కాదు. అది ఆలోచనలకు శాశ్వత రూపం, కాలాన్ని దాటి నిలిచే మానవ స్మృతి. మతానికి ఆత్మ నమ్మకం అయితే, సాహిత్యం దానికి శరీరం. సాహిత్యం లేకపోతే మతం భావోద్వేగంగా ఉండొచ్చు, కాని అది తరతరాలకు ప్రయాణించలేదు.

ప్రాథమిక మానవుడు మతాన్ని అనుభవించాడు, రచించలేదు. భయం, ఆశ, ఆశ్చర్యం, మరణం ఇవే తొలి ఆధ్యాత్మిక అనుభవాలు. మన అనుభవం మన తర్వాతి తరానికి ఎలా చేరుతుందన్న ప్రశ్నతోనే సాహిత్య ప్రస్థానం జన్మించింది. మతానికి సాహిత్యం అవసరమైన కారణాలు చాలా వున్నాయి. అవి అనుభవాన్ని నిలుపుకోవడానికి, ఆచారాలను ఏకరీతిగా చేయడానికి, సిద్ధాంతాన్ని అధికారంగా మలచడానికి, ప్రశ్నలను నియంత్రించడానికి, సమూహాన్ని ఒకే గుర్తింపులో కట్టిపడేయడానికి.

మొదట రాయడం లేదు, పాడటం ఉండేది. మౌఖిక సాహిత్యం, వేదాలు శ్రుతి, అవెస్టా, హోమర్ గాథలు, ఆఫ్రికన్, అమెరికన్ గిరిజన మత గీతాలు. ఇవన్నీ శతాబ్దాల పాటు రాయకుండానే మత చరిత్రలో నిలిచాయి. సాహిత్యం అంటే పుస్తకం కాదు, స్మృతిలో జీవించే ఆలోచన.

వ్రాత వచ్చాక మతం మూడు విధాలుగా మారింది, అనుభవ సిద్ధాంతం, వ్యక్తిగత అనుభవం గ్రంథబద్ధమైన సిద్ధాంతం, ప్రవక్త పుస్తకం, వ్యక్తి కంటే గ్రంథమే ముఖ్యమైంది. జీవితం నియమాలు ప్రవాహంలాంటి జీవితం కఠిన నియమావళి. బుద్ధుడు బోధించాడు త్రిపిటకాలు తరువాత రాయబడ్డాయి, యేసు రాయలేదు బైబిల్ తరువాత సంకలనం, మహమ్మద్ రాయలేదు ఖురాన్ సంకలనం. వీరు మతాలు స్థాపించబడలేదు, సాహిత్యం ద్వారా నిర్మించబడ్డాయి.

ప్రపంచ మత సాహిత్యంలో అధిక భాగం అనామక రచనలే. దేవుని మాటగా చెప్పాలంటే మనిషి పేరు ఉండకూడదు, వ్యక్తి కంటే సిద్ధాంతం శాశ్వతంగా ఉండాలంటే, ప్రశ్నలకు తావు ఇవ్వకుండా ఉండాలంటే, అధికారానికి వ్యతిరేకత తగ్గించడానికి. వేదాల రచయిత ఎవరో తెలియదు, ఉపనిషత్తులు అనేక ఋషులు, బైబిల్ గాస్పెల్స్ పేర్లు ఉన్నాయి, నిర్ధారణ లేదు, ఖురాన్ సంకలనకర్తలు వేరు, జైన ఆగమాలు మహావీరుడివి కాదు, అనామకత్వం మతానికి పవిత్రత ముసుగు.

చాలా మతాలు అప్రజాస్వామ్య భాషలను ఎంచుకున్నాయి. హిందూ సంస్కృతం, క్రైస్తవం లాటిన్, గ్రీకు, బౌద్ధం పాలీ, ఇస్లాం అరబిక్, జుడాయిజం హెబ్రూ. కారణం ప్రజలకు అర్థం కాకపోవడం, అర్థం చెప్పేవాడు అధికారంగా మారడం, భాషే పవిత్రమని నమ్మకం కల్పించడం. అందువల్ల భాష మతం లో అధికారం గా రూపాంతరం చెందింది.

మత సాహిత్యం లేకపోతే, మతం వ్యక్తిగత అనుభవంగా మిగిలేది, సంస్థాగత మతం ఏర్పడేది కాదు, యాజక వ్యవస్థ ఉండేది కాదు, శాశ్వత సత్యమనే భావన ఉండేది కాదు. యేసు ఒక తత్వవేత్తగా, బుద్ధుడు ఒక ధ్యాన గురువుగా, మహమ్మద్ ఒక సామాజిక సంస్కర్తగా మాత్రమే మిగిలి వుండేవారు.

మత సాహిత్యం నాశనం అయితే ఏమవుతుంది? చరిత్ర చెబుతున్న సమాధానం స్పష్టమే, అది ఎన్నోసార్లు జరిగింది. అలెగ్జాండ్రియా గ్రంథాలయ

దహనం, చార్వాకుల గ్రంథాల వినాశనం, మాయన్ హస్తప్రతుల దహనం, బౌద్ధ గ్రంథాల విధ్వంసం, ఇవన్నీ ఒకే ఫలితాన్ని తెచ్చాయి. మతం బలహీనమైంది, తాత్విక లోతు కోల్పోయింది, సిద్ధాంతం వక్రీకరించబడింది, చివరకు విజేతల మతమే మిగిలింది.

చరిత్రను గెలిచినవాడు తప్పనిసరిగా రాయలేదు, రాసినదే చరిత్రగా నిలిచింది. అందుకే మౌనమయ్యిన గ్రంథాల మధ్య ఖాళీలు ఉన్నాయి, ఆ ఖాళీల్లోనే నశించిన ఆలోచనలు ఇంకా మనల్ని ప్రశ్నిస్తూనే ఉన్నాయి. ఆ ప్రశ్నలు వినబడని వరకు, మన చరిత్ర కూడా అసంపూర్ణంగానే ఉంటుంది.

భావాలను తరతరాలకు పంపడానికి, ఆలోచనలకు నిలకడ ఇవ్వడానికి సాహిత్యం మతానికి అవసరం ఉంది. సాహిత్యం స్థిరమైంది, జీవితం ప్రవాహమైంది, స్థిరమైన గ్రంథం ప్రవాహ జీవనానికి విరోధం. అందువల్ల ప్రమాదంగా భావించారు. గ్రంథం మారదు జీవితం మారుతుంది ఘర్షణ అక్కడే మొదలవుతుంది.

మతం సాహిత్యం ద్వారా నిలిచింది, సాహిత్యం మతానికి శక్తినిచ్చింది, అదే సాహిత్యం మతాన్ని కఠినతరం చేసింది, సాహిత్యం లేకపోతే మతం ఉండేది కాదు. సాహిత్యమే మతానికి బంధనాలు వేసింది. మత సాహిత్యం మరియు శాస్త్రీయ సాహిత్యం నకు గల మౌలిక తేడా, శాస్త్ర సాహిత్యం ఒక సూత్రాన్ని ఇది ఇప్పటివరకు నిజం రేపు తప్పు కావచ్చు, మత సాహిత్యం, ఇది శాశ్వత సత్యం ఎప్పటికీ మారదు, ఇక్కడే ఘర్షణ మొదలవుతుంది.

గ్రంథం సిద్ధాంతంగా మారింది, ప్రారంభంలో మత సాహిత్యం వివరణ మాత్రమే. తరువాత బోధగా, నియమంగా, ఆజ్ఞగా, చివరికి చట్టంగా మారింది. ఈ మార్పు అనుభవం, కథనం, సిద్ధాంతం, శాసనం మరియు శిక్ష.

ఇలా జీవిస్తే మంచిది, ఇలా జీవించాలి, ఇలా జీవించకపోతే పాపం, శిక్ష తప్పదు, సాహిత్యం నైతిక మార్గదర్శి నుంచి నియంత్రణ సాధనంగా మారింది.

గ్రంథం దేవుడు కంటే శక్తివంతంగా మారింది, చాలా మతాల్లో ఒక దశ వచ్చింది దేవుడు కనిపించడు గ్రంథం కనిపిస్తుంది. అందుకే దేవునితో వాదించలేము, గ్రంథంతో కూడా వాదించకూడదు. గ్రంథం దేవుని ప్రత్యక్ష రూపం ఇక్కడి నుంచే గ్రంథ విమర్శ దైవదూషణ, ప్రశ్న పాపం, సందేహం విశ్వాసలేమి.

సాహిత్యం లేకపోతే మత అధికార వ్యవస్థ కూలిపోతుంది, యాజక వ్యవస్థ మొత్తం ఆధారపడింది గ్రంథం, భాష, వ్యాఖ్యానం. ప్రజలకు గ్రంథం అర్థం కాకపోతే మధ్యవర్తి అవసరం, మధ్యవర్తి అధికారిగా మారతాడు. అందుకే లాటిన్ బైబిల్, సంస్కృత వేదాలు, అరబిక్ ఖురాన్. ప్రజల భాషలోకి వస్తే భయం తగ్గుతుంది, ప్రశ్నలు పెరుగుతాయి, అధికారం కూలుతుంది. ఇదే కారణంగా అనేక అనువాదాలు వ్యతిరేకించబడ్డాయి.

మత సాహిత్యం నాశనం అయితే మతం కనుమరుగవుతుందా, చరిత్ర బోధించిన సమాధానం మతం రూపాంతరం చెందుతుంది. బౌద్ధ గ్రంథాల నాశనం మహాయాన, వజ్రయాన మార్పులు, చార్వాక గ్రంథాల నాశనం భావాలు మాత్రమే మిగిలాయి, క్రైస్తవ అపోక్రిఫా గ్రంథాలు అధికార బైబిల్ నిర్మాణం, నాశనం జరిగినప్పుడు విజేతల కథే మతంగా మారింది, ఓడిపోయిన ఆలోచనలు పాపం అయ్యాయి.

చరిత్రలో బ్రునో గ్రంథానికి విరుద్ధంగా ఆలోచించాడు, గెలీలియో గ్రంథాన్ని తిరిగి చదివాడు, హల్లాజ్ గ్రంథాన్ని అంతరార్థంగా అర్థం చేసుకున్నాడు.

మతం సాహిత్యం లేకుండా మనగలదా, తాత్వికంగా అవును చారిత్రకంగా కాదు. సాహిత్యం లేకపోతే మతం వ్యక్తిగత ఆధ్యాత్మికతగా ఉండేది, సమూహ అధికారంగా మారేది కాదు, రాజకీయ మతం ఉండేది కాదు. కాని మతం కోరుకుంది శాశ్వతత్వం, విస్తరణ మరియు నియంత్రణ, అందుకే సాహిత్యం అనివార్యమైంది.

ఆధునిక యుగంలో మత సాహిత్యం, శాస్త్రం ప్రశ్నిస్తుంది, మతం సమాధానం ఇవ్వలేకపోతుంది, గ్రంథం మారదు, మానవ జీవితం మారుతుంది. ఫలితంగా యువత ప్రశ్నిస్తోంది, మతం రక్షణాత్మకంగా మారుతోంది, అంధ విశ్వాసం పెరుగుతోంది.

భవిష్యత్తులో మత సాహిత్యం, ఈ గ్రంథం సూచించే దిశ గ్రంథం మార్గదర్శి, శాసనం కాదు, ప్రశ్న అపరాధం కాదు, శాస్త్రం శత్రువు కాదు, మానవీయత మతానికి కేంద్రం. గ్రంథాన్ని చదవాలి కాని గ్రంథానికి బానిసలవకూడదు. సాహిత్యం మతాన్ని నిలబెట్టింది, అదే సాహిత్యం మతాన్ని నిలిపేసింది. మానవుడే నిర్ణయించు కోవాల్సి వుంది, గ్రంథం వెనుక నడవాలా లేక గ్రంథాన్ని తోడు తీసుకుని ముందుకు సాగాలా అని. మత సాహిత్యం అధికారంగా మారింది, అధికారమే హింసకు మూలమైంది, సాహిత్యం లేకపోతే మతం ఉండేది కాదు, సాహిత్యానికి పరిమితి లేకపోతే మతం ప్రమాదమైంది, భవిష్యత్తు మతమంటే మానవీయత లో శాస్త్రీయత తో కలిసిన ప్రశ్న.

సాహిత్యం ఒకసారి అఖండ సత్యం గా ప్రకటించబడిన తరువాత, ప్రతి మతంలో తప్పనిసరిగా మూడు వర్గాలు పుట్టాయి గ్రంథాన్ని రక్షించే వారు, గ్రంథాన్ని వ్యాఖ్యానించే వారు, గ్రంథాన్ని ప్రశ్నించే వారు. ఇక్కడినుంచే మతంలో వర్గీకరణ, శాఖలు, పంథాలు పుట్టాయి.

ఒకే గ్రంథం ఎన్నో మతాలు ఇది ఎలా సాధ్యమైంది, చరిత్రలో ఒక విచిత్రమైన నిజం ఉంది ఒకే గ్రంథం వేర్వేరు మతాలు, వేదాల నుంచే వైదికం, ఉపనిషత్తులు, అద్వైతం, ద్వైతం, బైబిల్ నుంచే కాథలిక్, ప్రొటెస్టెంట్, ఆర్థోడాక్స్, ఖురాన్ నుంచే సున్నీ, షియా, సూఫీ, బౌద్ధ గ్రంథాల నుంచే థేరవాద, మహాయాన, వజ్రయాన. ఇది ఎలా సాధ్యమైంది? గ్రంథం ఒకటే అర్థాలు అనేకం, సాహిత్యం స్పష్టంగా ఉన్నప్పటికీ, మనిషి ఆలోచన ఎప్పుడూ స్పష్టంగా ఉండదు.

భక్తి ఉద్యమం, సాహిత్యానికి ప్రజాస్వామ్య రూపం, మత చరిత్రలో ఒక గొప్ప మలుపు భక్తి ఉద్యమం. ఇది సాహిత్యానికి జరిగిన ప్రజాస్వామ్య విప్లవం. భక్తి ఉద్యమం సంస్కృతం నుంచి ప్రజాభాషలకు తెచ్చింది, యాజకుల చేతుల నుంచి దేవుణ్ని తీసింది, గ్రంథం కంటే గుండెకు ప్రాధాన్యం ఇచ్చింది. దేవుడు పుస్తకంలో కాదు మనిషి హృదయంలో ఉన్నాడు.

సూఫీ సాహిత్యం మతానికి అంతర్గత ప్రతిఘటన, ఇస్లాంలోనూ ఇదే జరిగింది. సూఫీలు ఖురాన్‌ను తిరస్కరించలేదు, కాని అక్షరార్థాన్ని దాటి అర్థం చూశారు, సూఫీ కవిత్వం ప్రేమ, మానవీయత, ఆత్మానుభవం. రూమీ, హాఫిజ్, బుల్లెషా లు దేవుణ్ని వెతుకుతూ మతాన్ని కోల్పోవద్దు. ఇది మత అధికారానికి ప్రమాదంగా మారింది. అందుకే సూఫీలు హింసకు గురయ్యారు.

సాహిత్యం మరియు భక్తి అధికారానికి ప్రమాదం, భక్తి సాహిత్యం మూడు ప్రమాదాలు తెచ్చింది ప్రజలు నేరుగా దేవుణ్ని చేరారు, యాజకుల అవసరం తగ్గింది, ప్రశ్నలు పెరిగినందున భక్తి ఉద్యమాన్ని తక్కువ చేశారు, కవులను పిచ్చివాళ్లన్నారు, కొందరిని దండించారు. అయినా, భక్తి సాహిత్యం మతాన్ని మానవీయంగా నిలిపింది. సాహిత్యం లేకపోతే భక్తి ఉద్యమం లేదు. భక్తి ఉద్యమం కూడా సాహిత్య రూపమే పదాలు, పాటలు, కవితలు. కాని తేడా ఇవి శాసనాలు కావు, ఇవి ఆహ్వానాలు. ఇలా ఉండాలి అని చెప్పలేదు ఇలా ఉండవచ్చు అని చూపించాయి.

మత సాహిత్యం ఎదురుకక్షి జీవన సాహిత్యం, ఒక ముఖ్యమైన తాత్విక విభజన మత సాహిత్యం నియమాలు, శిక్షలు, పాపం, స్వర్గం నరకం. జీవన సాహిత్యం భక్తి, సూఫీ ప్రేమ, బాధ, అనుభవం, మానవ సంబంధాలు. మతం మనిషిని నియంత్రించాలనుకుంది, భక్తి మనిషిని అర్థం చేసుకుంది.

ఆధునిక యుగంలో మత సాహిత్యం ఎదుర్కొంటున్న సంక్షోభం, ఈరోజు పరిస్థితి చదువు పెరిగింది, అనువాదాలు అందుబాటులో ఉన్నాయి, శాస్త్రీయ దృష్టి

బలపడింది. ఫలితంగా గ్రంథాలపై ప్రశ్నలు, వ్యాఖ్యానాలపై విమర్శ, మతంపై సందేహాలు. సాహిత్యం మతాన్ని రక్షిస్తుందా లేక మతాన్ని సరిదిద్దుతుందా అనేది కాలమే నిర్ణయించాల్సి వుంది.

సాహిత్యం మతాన్ని మార్చగలదని చరిత్ర చెబుతుంది. లూథర్ అనువాదం క్రైస్తవ సంస్కరణ, భక్తి కవిత్వం కుల వ్యవస్థపై దెబ్బ, సూఫీ సాహిత్యం మానవీయ ఇస్లాం. సాహిత్యం మతాన్ని చంపలేదు, మతాన్ని మానవీయంగా మార్చింది.

గ్రంథం మతానికి కంఠం, భక్తి మతానికి హృదయం, శాస్త్రం మతానికి అద్దం. ఈ మూడు కలిసి నడిచి నప్పుడే మతం మనిషికి శత్రువు కాదు, సహచరుడు అవుతుంది.

భక్తి ఉద్యమం సాహిత్యాన్ని ప్రజల దగ్గరకు తీసింది, సూఫీ సాహిత్యం మతానికి అంతర్గత ప్రశ్న వేసింది, సాహిత్యం అధికారాన్ని కూడా ఎదిరించగలదు, మత భవిష్యత్తు మానవీయ సాహిత్యంలోనే ఉంది.

మతం సాహిత్యం లేకుండా భవిష్యత్తులో నిలబడగలదా అంటే ఇప్పటి ఆధునిక మానవుడు గ్రంథాన్ని కాదు, అర్థాన్ని కోరుకుంటున్నాడు. చరిత్రలో మతం నిలబడింది ఎందుకంటే గ్రంథం అరుదు, చదువు కొద్దిమందికే, ప్రశ్నకు భయం. కాని ఆధునిక యుగంలో గ్రంథాలు ఇక కొద్దిమందికే పరిమితం కావు, అవి అందరికీ అందుబాటులో ఉన్నాయి, అనువాదాలు విస్తృతంగా లభిస్తున్నాయి, ప్రశ్నించడం సహజమైన మానవ హక్కుగా మారింది. అందుకే మతం ఈ రోజు ఒక కీలక మలుపు దగ్గర నిలబడి ఉంది. అది గ్రంథాల అక్షరాలపై మాత్రమే ఆధారపడి నిలవాలా? లేక కాలానుగుణంగా విలువలపై ఆధారపడి రూపాంతరం చెందాలా? ఇప్పుడు అధికారాన్ని నిర్ణయించేది పీఠాలు కాదు, ఆలోచనల విశ్వసనీయత. మతం ప్రశ్నలను అణచితే క్షీణిస్తుంది, ప్రశ్నలను ఆహ్వానిస్తే అది మానవీయ తత్వంగా పునర్జన్మ పొందుతుంది.

డిజిటల్ యుగం మత సాహిత్యానికి వచ్చిన పెద్ద సవాలు. ఒకే గ్రంథం వేల వ్యాఖ్యానాలతో, ఒకే మతం వేల అభిప్రాయాలతో, అధికార వ్యాఖ్యానానికి గడువు ముగిసింది. డిజిటల్ యుగంలో గ్రంథం దాచలేం, ప్రశ్న ఆపలేం, విమర్శను నిషేధించలేం. అందుకే మతం రక్షణాత్మకంగా మారుతోంది, అంధ విశ్వాసం రోజు రోజుకూ మరింతగా గట్టిపడుతోంది, యువత దూరమవుతోంది. ఇది ప్రమాద సంకేతం కంటే ఇది మార్పుకు సూచనగా భావించ వచ్చు.

మానవీయ ఆలోచనల సంకలనం కావాలి. నైతిక విలువల పుస్తకం కావాలి. ప్రశ్నలను ఆహ్వానించే గ్రంథం కావాలి. భవిష్యత్తు మత సాహిత్యం ఇలా చేయాలి అని చెప్పేది కాదు, ఇలా చేస్తే ఏమవుతుందో ఆలోచించు అని అడిగేది.

మతం నిలబడాలంటే గ్రంథం శాశ్వతంగా ఉండాల్సిన అవసరం లేదు, విలువలు శాశ్వతంగా ఉండాలి. శాశ్వత విలువలు కరుణ, నిజాయితీ, మానవ గౌరవం, సహజీవనం, బాధ్యత. ఇవి ఏ గ్రంథానికి మాత్రమే చెందినవి కావు. ఇవి మానవత్వానికి చెందినవి. మతం ఈ విలువలను మోస్తే నిలుస్తుంది. గ్రంథం పేరుతో వీటిని అణచితే కూలిపోతుంది.

సాహిత్యం మతాన్ని కాదు మానవుడిని రక్షించాలి, మతం మానవుని కోసం పుట్టింది, మానవుడు మతం కోసం కాదు. అందుకే మత సాహిత్యం మానవ బాధను చూడాలి, మానవ ఆనందాన్ని అర్థం చేసుకోవాలి, మానవ భవిష్యత్తుకు దారి చూపాలి. గ్రంథ దాస్యం నుంచి ఆలోచనా స్వేచ్ఛ వైపు, గ్రంథాన్ని గౌరవించాలి, గ్రంథాన్ని దేవుడిగా మార్చవద్దు, గ్రంథం మనిషిని వెలిగించాలి, కాల్చకూడదు. ఆలోచనను భయపెట్టే మతం ఎప్పటికైనా చరిత్ర అవుతుంది. ఆలోచనను ప్రోత్సహించే మతం భవిష్యత్తు అవుతుంది.

మతం సాహిత్యం వల్ల పుట్టింది, సాహిత్యం వల్ల పెరిగింది, సాహిత్యం వల్ల ధ్రువపడింది. నేడు అదే సాహిత్యం వల్ల ప్రశ్నించబడుతోంది. ఇది విరోధాభాసం కాదు, ఇది ఒక పరిణామ క్రమం.

భవిష్యత్తులో మానవుడు భయం ఆధారంగా మతాన్ని కోరుకోడు, అర్థం ఆధారంగా విలువలను ఎంచుకుంటాడు. మతం కొనసాగాలంటే అంధ విశ్వాసాన్ని విడిచిపెట్టాలి, శాస్త్రీయ దృష్టిని అంగీకరించాలి, సాహిత్యాన్ని విమర్శకు తెరవాలి, మానవీయతను కేంద్రంగా పెట్టాలి.

15

అదృశ్యమైన సమాజాలు

ఒక సమాజం 600 సంవత్సరాల పాటు చరిత్రలో ఎలా మాయం అవుతుంది? 'చరిత్రని విజేతలు రాస్తారు, ఓడిపోయినవారు నిశ్శబ్దంలో మిగిలిపోతారు' ఇది కేవలం మాట కాదు, మానవ నాగరికత యొక్క కఠోర వాస్తవం. చాలాసార్లు మొత్తం గ్రామాలు కాదు, భారీ నాగరికతలు కూడా శతాబ్దాల పాటు వ్రాతప్రతుల్లో కనిపించక పోయాయి. హిట్టైట్లు, హరప్పన్లు, సెల్టిక్ తెగలు, మినోయన్లు, మాయా ప్రజలు, వీరందరూ ఎన్నేళ్ళ తరబడి చరిత్రలో లేనేలేరు అని భావించబడ్డారు, కాని వారు లేడు కాదు. మరి వారి చరిత్ర ఏమైంది? ఒక సంపూర్ణ సమాజం ఎలా 600 సంవత్సరాల పాటు చరిత్రలో కనిపించకుండా పోతుందో, తిరిగి ఎలా వెలుగులోకి వస్తుందో వాస్తవ పరిశీలన చెయ్యి వలసి వుంది.

ఎవరైతే గెలుస్తారో వారే తమ ఇష్టానికి అనుగుణంగా చరిత్రను పునర్నిర్మిస్తారు. విజేత రాజులు అత్యంత ముందుగా చేసే పని, పూర్వ రాజుల శాసనాలను ధ్వంసం చేయడం, ఆలయాలను కూల్చడం, శిలాఫలకాల్లో పేర్లను చెరిపివేయడం. ఈ పని చరిత్రను తొలగించడమే కాక ప్రజల గుర్తింపును కూడా పూర్తిగా అదృశ్యం చేస్తుంది. ఈజిప్టు రాణి హాట్షెప్సుట్ పేరు ఆమెను ద్వేషించిన వారసుడు పూర్తిగా చెరిపేశాడు. ఆమె 1000 సంవత్సరాలు లేనేలేని రాణిగా మిగిలింది.

కొత్త మతం వచ్చినప్పుడు పాత మతాలను అవిశ్వాసంగా భావించి వారి గోత్రాలను చరిత్రనుండి తొలగిస్తారు. భాష ఒక సంస్కృతికి ప్రాణం. భాష మాయమైతే, వారి చరిత్ర, వారి శాస్త్రం, వారి సంస్కారం, వారి పు సాంటోరిని రాణం

అన్నీ అర్థం కానివిగా మారుతాయి. చదవలేని స్క్రిప్ట్లు. హిట్టైట్ నాగరికత 600 సంవత్సరాలు మాయమైంది. ఈజిప్షియన్ హైరోగ్లిఫ్స్ 1400 సంవత్సరాలు మౌనం, క్యూనిఫారం 2000 సంవత్సరాలు, సింధు లిపి ఇప్పటికీ రహస్యం. లిపిని చదవగలిగే వరకు ఆ నాగరికత చరిత్రలో లేనట్టే.

చాలా నాగరికతల అదృశ్యానికి కారణం యుద్ధం కాదు, ప్రకృతి. కరవులు, భూకంపాలు, వరదలు. హరప్పా నగరాలు సారస్వతీ నది ఎండిపోవడంతో నశించాయి. వేల నగరాలు వదిలిపెట్టబడ్డాయి. కొత్త ప్రజలు వచ్చినప్పటి వరకు వారి పేరు కూడా లేకుండా పోయింది. అగ్నిప్రమాదాలు, వర్షాభావం మాయా నాగరికతలో 200 సంవత్సరాల వర్షాభావం వల్ల నగరాలు శూన్యమయ్యాయి..సాంటోరిని అగ్నిపర్వత విస్ఫోటనం మినోయన్ నాగరికతను పూర్తిగా నాశనం చేసింది. ప్రకృతి ఒక నాగరికతను నాశనం చేస్తే, చరిత్ర దానిని త్వరగా మరచిపోతుంది.

ఒక సమాజం వలస వెళితే, వారి పాత పేరు పోతుంది. వారి భాష కొత్త భాషలో కలిసిపోతుంది. వారి జాతి కొత్త జాతిలో విలీనం అవుతుంది. అలా వారు కొత్త గుర్తింపుతో జీవిస్తారు. పాత పేరుతో ఎవరికీ తెలియరు. ఇజ్రాయేలు 10 గోత్రాలు అస్సిరియాలో కలసిపోయి శతాబ్దాలపాటు అదృశ్య మయ్యాయి.

కొత్త మతం అధికారంలోకి వస్తే పాత మతాల ప్రజలు మెల్లగా కనుమరుగవుతారు. ఈ పని ప్రత్యేకంగా మతాధికారం ఉన్న ప్రాంతాల్లో కనిపించింది. మెసపోటేమియాలో పాత దేవతల రికార్డులు నశించాయి. పర్షియన్ సామ్రాజ్యానికి ఇస్లాం వచ్చిన తరువాత ప్రాచీన పర్షియన్ సంస్కృతి కోల్పోయింది. యూరప్లో డ్రూయిడ్ మతం పూర్తిగా చెరపబడింది.

శత్రువుని చరిత్ర నుండి తొలగించడం రాజకీయంలో పెద్ద ఆయుధం. రోమన్లు సెల్టిక్ గ్రంథాలను నాశనం చేశారు. చైనా రాజవంశాలు పాత తెగల చరిత్రపై

నిర్బంధం పెట్టాయి. బబిలోనియన్, పర్షియన్ యుద్ధాల్లో దేవాలయాలు దహనం అయ్యాయి. ఈ విధంగా ఒకే దెబ్బతో వేల కుటుంబాల చరిత్ర పూర్తిగా అదృశ్యమైంది.

చాలా నాగరికతలు పునరావిష్కరణ కోసం వేచిచూస్తూ శతాబ్దాలపాటు భూగర్భంలో పడి ఉన్నాయి. 1906 లో మాత్రమే హిట్టైట్ రాజధాని హత్తుసా తవ్వకాల్లో బయటపడింది. 1920 లో హరప్పా నాగరికత మళ్లీ కనుగొనబడింది. 1857 లలో మాత్రమే క్యూనిఫారం చదవగలిగారు. అంటే వారి చరిత్ర వారి పతనం తర్వాత శతాబ్దాల తర్వాత మాత్రమే మనకు తెలిసింది.

కొన్ని అంశాలు కలిసి పనిచేస్తే ఒక సమాజం చరిత్ర నుండి పూర్తిగా కనిపించకుండా పోవడం సహజమే. మత ఆధిపత్యం, యుద్ధాలు, దాడులు, పురాతన శిలాఫలకాల ధ్వంసం, లిపుల లుప్తి, వలసలు, వేరే జాతులతో కలయిక, గ్రంథాలయాల దహనం, సహజ విపత్తులు, రాజకీయ అణచివేత, శాస్త్రీయ అన్వేషణ ఆలస్యం. ఈ సమ్మిళిత ప్రభావం వల్ల ఒక నాగరికత 600 ఏళ్లు కాదు, చాలాసార్లు 1000–2000 సంవత్సరాలపాటు కూడా చరిత్రలో కనిపించకపోయింది.

జగత్తులో మతాలు, జాతులు, నాగరికతలు అన్నీ వినాశనం, పునరావిష్కరణ అనే చక్రంలో పయనిస్తాయి. ఏ మతం శాశ్వతం కాదు, ఏ నాగరికత శాశ్వతం కాదు. చరిత్ర అనేది కేవలం ఉన్నది కాదు, అన్వేషించినప్పుడు మాత్రమే ఉన్నట్టవుతుంది.

ఒక సమాజం చరిత్రలో 600 సంవత్సరాల పాటు మాయం అవడం ఒక అద్భుతం కాదు. అది చరిత్రకు సహజసిద్ధమైన ధర్మం. చరిత్రలో కనిపించని శతాబ్దాలు వారు లేరు అని కాదు, వారు జీవించలేదని కాదు, వారు సంస్కృతి కోల్పోయారని కాదు, వారి అస్తిత్వం మనం వెలికితీయలేక పోయామన్నమాట.

16

హత్షెప్సుట్ – మహిళా ఫెరో

ఆమె విజయాలను చెరిపివేయడానికి జరిగిన రాజకీయ, ధార్మిక కుట్ర. ప్రపంచంలోని ప్రాచీన నాగరికతలను పరిశీలిస్తే, మతం, రాజకీయం, అధికార పోరాటం, ఈ మూడు కలిసి మానవ సమాజాన్ని ఎలా మలిచాయో స్పష్టంగా కనిపిస్తుంది. మిస్రం ఈ విషయంలో అత్యంత ప్రత్యేకం.

దేవతల ఆధారంగా నిర్మితమైన ఫరో వ్యవస్థ, ఆ రాజ్యంలోని ఆధ్యాత్మికత, మరియు రాజకీయ శక్తిని ఏకం చేసే కేంద్రబిందువు. ఒక మహిళ పురుషాధిక్యమైన ఫరో వ్యవస్థలో అధికారాన్ని స్వీకరించడం అంటే అది దేవతల, పురోహితుల, రాజవంశాల, సంప్రదాయ వ్యవస్థలన్నిటిపైనా ప్రభావం చూపుతుంది.

అలాంటి అసాధారణ మహిళే హత్షెప్సుట్. ఆమె కథ కేవలం ఒక మహిళా ఫెరో కథ మాత్రమే కాదు. ఇది ధర్మాన్ని అధికారం కోసం ఎలా వాడుకుంటారో, అధికార పోరాటంలో చరిత్రను ఎలా చెరిపేస్తారో, మతం ఎలా రాజకీయాలకు కవచంలా మారుతుందో స్పష్టంగా చూపించే ప్రసక్తి.

హత్షెప్సుట్ రాజవంశంలో జన్మించిన అసాధారణ వ్యక్తి. థీబన్ వంశానికి చెందిన కుమార్తె. చిన్నప్పటి నుంచే ఆమెకు భౌతిక శిక్షణ, పురోహిత విద్య, రాజపాలనా పాఠాలు. ఆమెను అమూన్ దేవుని ప్రియమైనది అని పిలిచేవారు. మతపరమైన శక్తి ఆమెకే దక్కడం భవిష్యత్తులో పెద్ద పాత్ర పోషించింది. సంప్రదాయం ప్రకారం రాజవంశపు రక్తంతో పుట్టిన అమ్మాయి కూడా రాజకుమారుడి స్థానంలో అధికారాన్ని చేపట్టడానికి అర్హత కలిగి వున్నా ఆచరణలో శూన్యం. పురుషుల ఆధిపత్యం బలంగా ఉండేది.

తుత్మోస్ II ఆరోగ్యంగా లేని ఫెరో. అతనితో వివాహం తర్వాత, హత్సెప్షుట్ కోర్టు రాజకీయాలను గమనిస్తూ బలం పెంచుకుంది. ఆమె మతాధికారుల మద్దతు పొందింది. ముఖ్యంగా అమూన్ దేవాలయపు పురోహితుల విశ్వాసం ఆమెకు పెద్ద ఆయుధం. వారసుడైన తుత్మోస్ III చిన్నవాడు, హక్కు ఉన్నా అధికారంలేని స్థితి. తుత్మోస్ II మరణంతో, చిన్న వయస్సులో ఉన్న తుత్మోస్ III ఫెరో కావలసి వచ్చింది. అతను రక్త సంబంధంగా పూర్తిగా రాజవంశీయుడు కాదు. అతను ఒక ఉప భార్యకు పుట్టినవాడు. కాబట్టి రీజెంట్‌గా హత్సెప్షుట్ పాలన చేపట్టింది. మొదట 2–3 సంవత్సరాలు ఆమె రాణిగా కాకుండా రీజెంట్ గా వ్యవహరించింది. తరువాత ఆమెను ప్రజలు ప్రేమించారు, పురోహితులు ప్రోత్సహించారు, ఉన్నతవర్గాలు గౌరవంతో చూశారు.

అందువల్ల ఆమె తానే ఫెరో హత్సెప్షుట్ అని ప్రకటించుకుంది. ఒక మహిళ ఫెరో అవ్వడం ధార్మికంగా ఎలా న్యాయపరచింది? ప్రాచీన ఈజిప్ట్‌లో ఫెరోను దేవతలు ఎన్నుకున్నవాడిగా భావించేవారు. ఒక మహిళను దేవతలు ఎలా ఎన్నుకున్నారు? ఆమె చేసినది ఒక ధార్మిక రాజకీయ వ్యూహం. అమూన్ దేవుడు స్వయంగా తనను వారసురాలిగా ప్రకటించాడని ఆమె ప్రకటించింది.

మతాన్ని రాజకీయానికి ఉపయోగించిన గొప్ప ఉదాహరణ ఇది. ఆమె చిత్రాలను గోడలపై పురుష ఫెరోలా చెక్కించారు. గడ్డం, తలపాగా, చక్రవర్తి కిరీటం అంతా మగ రూపం తీసుకున్నాయి. ఇది సంప్రదాయాన్ని అతిక్రమించినా, ధార్మిక సాంప్రదాయంతో న్యాయబద్ధం చేసి అధికారం నిలబెట్టుకుంది. యుద్ధాలు లేవు శాంతి స్థిరపడింది. తుత్మోస్ III యుద్ధాధార పాలన తర్వాత వచ్చింది శాంతియుగం. ఆమె నిర్వహించిన పంట్ సాహసయాత్ర మిస్రం చరిత్రలో స్వర్ణాక్షరాల్లా నిలిచింది. తెచ్చినవి ముర్రు, దంతం, అరుదైన మొక్కలు, సుగంధ ద్రవ్యాలు, తదితరాలు. డేర్ ఎల్-బహారీ (సొమాలియా) మందిరం ప్రపంచ వాస్తుశిల్పంలోనూ అద్భుతం. ప్రజల

సంక్షేమం. ఆమె పాలనలో పన్నులు తగ్గాయి, వ్యవసాయం మెరుగుపడింది. ఆమె మరణం తర్వాత రాజకీయం పూర్తిగా మారింది.

హత్సెప్షుట్ మరణంతో, తుత్మోస్ III పూర్తి అధికారాన్ని పొందాడు. అతను చిన్నప్పటి నుంచి నీడలో ఉన్నాడని కోపం పెరిగింది. అతనికి మూడు ప్రధాన అభిప్రాయాలు వచ్చాయి, హత్సెప్షుట్ తన అధికారాన్ని అపహరించిందనే కోపం, ఒక మహిళ ఫెరోగా నిలిచిన ఉదాహరణను సమాజం గుర్తు పెట్టకూడదనే ప్రయోజనం, రాజవంశ వ్యవస్థలో తానే ప్రధానమైన వారసుడిగా చరిత్ర రాయాలన్న కోరిక.

అతను హత్సెప్షుట్‌పై భౌతిక దాడి చేయలేదు. కాని చరిత్రపైన దాడి చేశాడు. ఆమె పేరు గల శిల రూపు రేఖలు మార్పుదల చేసి, ఫరోల జాబితాల నుండి ఆమె పేరును తొలగించాడు. విగ్రహాల ముఖాలను పగలగొట్టించాడు. ముఖం ధ్వంసం చేయడం అనగా, ఆత్మ శాంతి లేకుండా ఉండాలని భావించిన ప్రాచీన సాంప్రదాయం. ఆమె నిర్మించిన దేవాలయాలపై తన పేరును ముద్రించాడు. ఆమెను అధికార దొంగగా చిత్రీకరించారు. ఆమె కేవలం రీజెంట్ మాత్రమే అని కొత్త చరిత్ర వ్రాయించాడు. ఈ చర్యలు స్పష్టంగా చూపిస్తున్నాయి. అధికార పోరాటంలో, ధార్మిక, చారిత్రక సత్యాలను పూర్తిగా వక్రీకరించవచ్చు.

తుత్మోస్ III దృష్టిలో ఆమె శత్రువు. వాస్తవానికి, ఆమె ఒక శాంతి పాలకురాలు. ఒక ప్రగతి దిశలో రాజ్యాన్ని నడిపిన నాయకురాలు. ఆమె చేసిన "దోషం" ఒకటే. మహిళ అయినా ఫెరో అధికారాన్ని చేపట్టింది. అదే తుత్మోస్ III కు అంగీకరించని విషయం. చరిత్రను చెరిపివేసినా, నిజం బ్రతికే ఉంటుంది.

19వ శతాబ్దంలోని పురావస్తు పరిశోధకులు ధ్వంసమై ఉన్న విగ్రహాలు, పగులగొట్టిన పేర్లు, శిలాశాసనాలు చూసి ఆ కుట్రను బయటపెట్టారు. దీంతో ప్రపంచం హత్సెప్షుట్‌ను అద్భుతమైన స్త్రీ నాయకురాలిగా మళ్లీ గుర్తించింది.

మతం ద్వారా రాజకీయాన్ని సమర్థించడం, హత్సెప్షుట్ అమూన్ దేవుని

ఆశీస్సు పేరుతో అధికారం తీసుకుంది. అధికార పోరాటం ధర్మాన్ని మార్చగలదు. తుత్మోస్ III ఆమెను చెడు రాజకీయదిక్కుతో చూపించి చరిత్ర మార్చాడు. మహిళా నాయకత్వాన్ని అణచడానికి ధార్మిక గ్రంథాలు కూడా వాడబడ్డాయి. ఆమెను ఫెరో జాబితాలో తొలగించడం అంటే, మత పాలనా వ్యవస్థ నుండి మహిళలను తొలగించడం.

నాగరికతల ఉత్థానం, పతనం ధర్మ రాజకీయాలపై ఆధారపడి ఉంటుంది. హత్షెప్సుట్ వల్ల వచ్చిన శాంతి కాలం, తుత్మోస్ III యుద్ధ పాలనతో పూర్తిగా మారింది. హత్షెప్సుట్ కథ మతం, రాజకీయ శక్తి, లింగ వివక్ష, చరిత్ర పునర్నిర్మాణం, ఈ నాలుగు కలిస్తే నాగరికతల రూపం ఎలా మారుతుందో చూపించే గొప్ప ఉదాహరణ. ఆమెను శత్రువుగా చిత్రీకరించినది ఆమె ప్రత్యర్థి కాదు, అధికార భయం. చెరిపివేశారు కాని ఆమె చరిత్రను మరిచిపోయేంత శక్తి ఏ రాజకీయం దగ్గరా లేదు. హత్షెప్సుట్ ఇప్పుడు ప్రపంచానికి మహిళా శక్తి, తెలివితేటలు, ధైర్య నాయకత్వానికి ప్రతీక.

17

పూర్వ ఇతిహాసిక సంస్కృతులు

మానవ నాగరికత జననం ఏ ప్రాంతంలో ఎలా ప్రారంభమైంది, మొదటి ఆలోచన ఎలా ఆవిర్భవించింది, దేవుడు అనుకున్న శక్తి ఎలా రూపుదాల్చింది, రాజ్యం, పాలకుడు, సమాజ నీతులు, మర్యాదలు, పుణ్య, పాపాల ఆలోచనలు ఎలా పుట్టాయి?

ఈ ప్రశ్నలకు మొదటి సమాధానాలు ఇచ్చిన నాగరికతల్లో ముఖ్యమైనది ప్రాచీన ఈజిప్ట్ నాగరికత. దాని ఆవిర్భావానికి ముందు అక్కడ ఉన్న పూర్వ ఇతిహాసిక సంస్కృతులు, నైల్ ప్రాంత గిరిజన తెగలు, శవపూజా సంప్రదాయాలు, సూర్య, నీరు, నాగ పూజల సంకీర్తనం, ఇవన్నీ కొంతకాలానికే నశించినా, వాటి అవశేష ప్రభావం ఈ రోజు వరకు మానవ మత ధర్మాల, రాజకీయ, నైతికతల పై కనిపిస్తూనే ఉంది.

నాగరికతల పూర్వ భారతి, ఈజిప్టు పుట్టుకకు ముందు గర్భం. ఈజిప్టు నాగరికత క్రీ.పూ. 3100 ఏర్పడే ముందు నైల్ పరివాహక ప్రాంతం చిన్నచిన్న తెగల సమూహాలతో నిండి ఉండేది.

బాడారి సంస్కృతి క్రీ.పూ. 4400 మొదటి వ్యవసాయ సూచనలు. మట్టితో చేసిన పూజా ప్రతిమలు. శవాలను దిశాపూర్వంగా పాతిపెట్టడం. మాతృ దేవత భావన. నది, సూర్య, అగ్ని పూజల సూచనలు.

నక్వాడా సంస్కృతి క్రీ.పూ. 4000–3100 ఇదే ఈజిప్టు ప్రజా విశ్వాసాలకు పునాది పడిన కాలం. ఈ సమయంలో ఏర్పడిన భావనలు తరువాత ఫరోలు, పిరమిడ్లు, హోరస్, ఐసిస్, ఓసిరిస్ దేవపంథాలు, మృతుల పుస్తకం వంటి వ్యవస్థలకు

మూలం. ఇక్కడే జన్మించింది ఆత్మ అమరత్వం. శవ సంరక్షణ, ఆలోచనకు మూల సిద్ధాంతం. ఆకాశ, భూమి, నీరు, పాతాళం పై తత్వం, రాజు, దేవుని ప్రతినిధి భావన, పాప, పుణ్య కొలమానం ఆలోచన.

ఈజిప్టు నాగరికత బలపడినప్పుడు పాత తెగల సంప్రదాయాలు పూర్తిగా నశించలేదు కాని అవి కొత్త మతవ్యవస్థల్లో కలిసిపోయాయి. గిరిజన అనిమిజం దేవతా పంచాంగంగా మారింది. ప్రారంభ తెగలు నీటిని, రాళ్లను, కొండలను పవిత్రంగా భావించేవి. ఈజిప్టు ఏర్పడిన తర్వాత తెగల పాత పూజ. ఈజిప్టు మతంలో మారిన రూపం. ఆకాశ పూజ హోరస్, నీటి పూజ హాపి, నైల్ దేవుడు, సర్ప పూజ, వాడ్జెట్, సెరపిస్, తల్లి దేవత ఐసిస్. మూల ఆచారాలు నశించాయి, అవి దేవతల రూపంలో నిలిచిపోయాయి.

ఈజిప్టు మతం మొత్తం సూర్యుని చుట్టూ తిరిగేది. ప్రాగ్ఐతిహాసిక సూర్య, అగ్ని పూజ, 'రా' మతమైంది. సూర్యుడు సృష్టి, శాసనం, నీతి. ఈజిప్టు రాజకీయాలు ఇక్కడే పుట్టాయి, సూర్యుడు పగటి, రాత్రి జీవన చక్రాన్ని నియంత్రిస్తాడు. రాజు ఫరో రా దేవుని భూస్థాన ప్రతినిధి. అందువల్ల రాజు చెప్పింది ధర్మం రాజు మాట మాత్ అనే సామాజిక న్యాయ నియమం. నైతికత అంటే రాజకీయ, శాసనమంటే మత ధర్మమన్న వ్యవస్థ మొదటిసారి స్పష్టంగా ఏర్పడింది.

భారతదేశంలో రాజా ధర్మ రక్షకుడు, రోమ్‌లో ఎంపెరర్ డివైన్ రైట్, చైనాలో మాండేట్ ఆఫ్ హేవెన్, యూరోప్‌లో కింగ్ రూల్స్ బై గాడ్, మొదటి నమూనా ఈజిప్టే.

ప్రాచీన ఈజిప్టు మత తత్వానికి అసలైన ప్రాణం ఓసిరిస్, ఐసిస్, హోరస్ కథ. పాపం చేసినవాడు శిక్షపడతాడు, ధర్మానికి నిలబడినవాడు పునర్జన్మ పొందుతాడు. సేత్ తన అన్న అయిన ఓసిరిస్‌ను చంపడం పాపం. ఐసిస్ అతన్ని మళ్లీ సజీవం చేయడం భక్తి, ప్రేమ హోరస్ ప్రతీకారం నీతి. ఇది ప్రపంచ మతాలకు పునాది

వేసింది. ఈ పురాణ ప్రభావం ప్రపంచవ్యాప్తంగా వెస్టీజియల్ కల్చర్‌గా నిలిచింది. యేసు క్రీస్తు మరణం, పునరుత్థానం భావన. శివుడు, శక్తి, స్కంద త్రయం. మెసొపొటేమియా దేవతా చక్రం, పురుషుడు చస్తాడు, ప్రకృతి పునర్వసంతం అవుతుంది అనే ఋతు పురాణాలు. పాప, పుణ్య న్యాయతీర్పు భావన ఓసిరిస్ కథ నశించలేదు, అది రూపు మార్చుకుని ఇంకా మన జీవనంలో ఉంది. మమ్మిఫికేషన్ నశించిన ప్రాగ్ఐతిహాసిక శవ సంస్కారం యొక్క ఆధునిక రూపం.

ప్రాగ్ఐతిహాసిక గిరిజన తెగలు, శవాలను ఉత్తరదిశలో పాతిపెట్టడం. మృతులను ఒంగు భంగిమల్లో ఉంచడం. భూమి తల్లికి అప్పగించడం. ఈ ఆచారాలు నశించాయి, ఈజిప్టు వాటిని పెద్ద శాస్త్రంగా మార్చింది. శరీరంలో ఉన్న నీరు తీసేయడం, నాట్రాన్ వాడటం, హృదయం తప్ప ఇతర అవయవాలు తొలగించడం, ఆత్మ 7 భాగాలుగా ఉందని నమ్మకం మృతుని పుస్తకం. ప్రపంచంపై వచ్చిన ప్రభావం మోక్షం, నరకం, స్వర్గ భావనలు, పాప భారాన్ని కొలిచే తీర్పు. శవాలు పశ్చిమ దిశలో ఉంచే ఆచారం, పారితోషికంగా వస్తువులు పెట్టడం, అన్నీ ఈజిప్టు ఆచారాల వెస్టీజియల్ రూపాలు.

ఫరోలు అధికారంలోకి వచ్చాక, చిన్న చిన్న తెగల ప్రజాస్వామ్యం నశించింది. బంధుత్వ పాలన, కేంద్రీకృత రాజ్యం, సార్వభౌమునికి దేవత్వం, రాజు, మత గురువు, పాలన మరింత పటిష్టం. ఈజిప్టు సాగునీటిని పూర్తిగా తన ఆధీనంలో ఉంచింది. విస్తృతమైన స్థాయిలో పన్నులు విధించింది. తెగల స్థానిక దేవతలను రాజకీయ పెద్ద దేవతలలో కలిపింది. చిన్న సంస్కృతులు చరిత్రలో నిలవలేదు. వాటి నీతి, నమ్మకాలు కొత్త రూపంలో మళ్లీ జీవించాయి. అది మిగిలిన సాంప్రదాయ శేషం మాత్రమే.

ఈజిప్టు మతంలో మొదటిసారిగా మాత్ విశ్వ ధర్మం సత్యం, న్యాయం, కర్తవ్యం, సమాజ సమతుల్యత. హృదయాన్ని తూస్తారు అనే భావన జనించింది.

మానవ హృదయం పాప భారంతో ఉంటుందని నమ్మకం. అనుబిస్ దేవుడు దానిని ఈకతో తూస్తాడు, భారంగా తేలితే అపాయ భక్షకుడు తింటాడు, తేలికగా ఉంటే స్వర్గం. మృతుల ముందున్న తీర్పు సభ. ఇది తరువాత ఇస్లాం, క్రైస్తవ, హిందూ మతాల్లో వివిధ రూపాలలో కనిపిస్తుంది.

ఈజిప్టు నాగరికతకు ముందు ఉన్న ప్రాగ్ఇతిహాసిక సంస్కృతులు నశించిపోయాయనిపించినా, వాటి నమ్మకాలు, భయాలు, ఆశలు, పురాణాలు మతం, రాజకీయం, నైతికత అనే మూడు ప్రధాన వ్యవస్థల ద్వారా మనకి వెస్టీజియల్ సంస్కృతిగా వచ్చాయి.

ఇస్లామ్ దువా, క్రైస్తవ బెనెడిక్షన్, హిందూ ఆశీర్వాదాలు, శివ పూజలో శాపాలు, వరాలు కథలు. పవిత్ర గ్రంథ రచన ధోరణి ఈజిప్టు హైరోగ్లిఫ్స్ తరువాతి మత గ్రంథాలు, గిల్గమేష్, వేదాలు, బైబిల్, ఖురాన్ అన్నీ దీని ప్రభావంతో గ్రంథీకరించబడ్డాయి. దేవాలయాల ఆర్థికాధిపత్యం, ఈజిప్టు ఆలయాలు బ్యాంకులు తరువాత మధ్యయుగ చర్చిలు, మఠాలు, మసీదులు, దానధర్మ వ్యవస్థలు. రాజకీయ శక్తి యొక్క దైవీకరణ. ఈజిప్టులో ఫరో దేవుడు తరువాత రోమన్ ఎంపెరర్లు, చైనా రాజులు, భారత సామ్రాట్లు, బ్రిటిష్ దేవుడు రాజును రక్షించుగాక, మత ధర్మ జననంలో కేంద్ర భావన అమరత్వం.

సంస్కృతులు నశించవు, రూపం మార్చుకుంటాయి. వెస్టీజియల్ కల్చర్ ద్వారా ఓసిరిస్, ఐసిస్, హోరస్ ఈ రోజు కూడా మనకు చుట్టూ ఉన్న నైతిక భావనలలో జీవిస్తున్నారు. మతం శాస్త్రంతో పుట్టింది, అజ్ఞానంతో కాదు. నైల్ వరద శాస్త్రీయ పరిశీలన సూర్య పూజ - ఖగోళ గమనాలు, దేవుడు సమాజం నిర్మించేందుకు మనిషి సృష్టించిన ప్రతీక. నీతి, న్యాయం, సత్యం ఎప్పటికీ మారని ధర్మం. మతం రాజకీయానికి బానిసైతే సమాజం పతనం.

పరలోకాన్ని సృష్టించిన అసలు కారణం, ప్రజలను నీతి వైపు నడిపించడానికి. పరలోకం అనే భావన మానవ చరిత్రలో యాదృచ్ఛికంగా పుట్టలేదు. ఇది భయాన్ని రెచ్చగొట్టడానికి మాత్రమే కాదు,

సమాజాన్ని క్రమబద్ధంగా, నీతిమంతంగా నిలబెట్టడానికి రూపొందిన ఒక మానసిక, నైతిక వ్యవస్థ. ఈ భావన తొలిసారిగా స్పష్టమైన రూపం పొందింది ఈజిప్ట నాగరికతలోనే. ఈజిప్ట ప్రజల దృష్టిలో మరణం అంటే అర్థం అంతం కాదు. మరణం అనేది ఒక నైతిక పరీక్ష తర్వాతి ప్రయాణానికి ద్వారం మాత్రమే.

వారు నమ్మిన ముఖ్య భావనలు, మనిషి చేసిన ప్రతి పని నమోదు అవుతుంది. మరణానంతరం ఆత్మకు న్యాయ విచారణ జరుగుతుంది. నీతి జీవితం గడిపినవాడు శాశ్వత శాంతిని పొందుతాడు. అధర్మం చేసినవాడు నాశనానికి గురవుతాడు. ఇది మతపరమైన భయసృష్టి కాదు సామాజిక క్రమశిక్షణ సాధన.

ఈజిప్ట మతంలో అత్యంత ముఖ్యమైన దృశ్యం, అనుబిస్ దేవుడు మృతుని హృదయాన్ని 'మాత్' సత్య న్యాయం ఈకతో తూచడం.

హృదయమంటే మనస్సాక్షి .ఈక అంటే సత్యం, న్యాయం, ధర్మం తీర్పు అంటే వ్యక్తిగత బాధ్యత. ఇక్కడ దేవుడు శిక్షించే వాడికంటే, నీతిని కొలిచే న్యాయాధిపతి. నీ జీవితం నీ చేతుల్లోనే ఉంది. నిన్ను రక్షించేది నీ ఆచరణ, శక్తి కాదు.

ప్రాచీన కాలంలో, చట్టాలు లేవు. పోలీస్ వ్యవస్థ లేదు. కోర్టులు లేవు, ప్రతి తప్పును తక్షణమే శిక్షించే వ్యవస్థ లేదు. చూసేవాడు లేనప్పుడు కూడా మనిషి నీతిగా ఎందుకు ప్రవర్తించాలి? మనిషిని బయట నుంచి కాదు, లోపల నుంచి నియంత్రించడానికి. పరలోకమంటే మానవ మనస్తత్వ శాస్త్రం. ఈజిప్ట నాగరికత మనిషి మనస్తత్వాన్ని అద్భుతంగా అర్థం చేసుకుంది. తక్షణ లాభం కోసం తప్పు చేస్తాడు. భవిష్యత్తు శిక్షను భయపడతాడు. శాశ్వత నష్టాన్ని ఊహిస్తే ఆగుతాడు. ఈ లోకంలో తప్పించుకున్నా, ఆ లోకంలో తప్పించుకోలేవనే భావనను ప్రవేశపెట్టారు.

ఇది సామూహిక నైతిక నియంత్రణ వ్యవస్థ. ఈజిప్టు నుంచి ప్రపంచ మతాల వరకు ఈజిప్టులో పుట్టిన ఈ భావన తరువాత, క్రైస్తవ మతంలో స్వర్గం నరకం.

ఇస్లాంలో జన్నత్ జహన్నం హిందూ ధర్మంలో స్వర్గం నరకం పునర్జన్మ బౌద్ధంలో కర్మ ఫలితం జన్మచక్రం. అన్నీ ఒకే సందేశాన్ని చెబుతాయి. నీతి నీ వ్యక్తిగత వ్యవహారం కాదు సమాజ బాధ్యత. పరలోకం భావన లేకపోతే, అధికారం ఉన్నవాడు అధర్మం చేస్తాడు. బలవంతుడు బలహీనుణ్ని అణచివేస్తాడు. ధనం ఉన్నవాడు న్యాయాన్ని కొనుగోలు చేస్తాడు. సమాజంలో భయం మాత్రమే ఉంటుంది, నీతి కాదు. అందుకే పరలోకం రాజుకూ వర్తించాలి. పేదవాడికీ వర్తించాలి. అందరికీ సమానంగా ఉండాలి.

ఈజిప్టు దృష్టిలో దేవుడు శిక్షకుడు కాదు, రాజకీయ నాయకుడి మిత్రుడు కాదు, మనిషి మనస్సాక్షికి ప్రతీక, దేవుడు అంటే నీతికి ప్రతిరూపం. ఇది చాలా గొప్ప తాత్విక అభివృద్ధి. ఈ భావన యొక్క ఆధునిక అర్థం ఈరోజు మనం పరలోకాన్ని నమ్మకపోయినా, ఇది తప్పు అని లోపల నుంచి అనిపించడం, ఎవరూ చూడకపోయినా ఇది చేయకూడదు అనిపించడం, మనస్సాక్షి గద్దించటం, ఇవన్నీ పరలోక భావనకు ఆధునిక రూపాలు. పరలోకం బయట కాదు, మనిషి లోపలే ఉంది. మతం భయానికి కాదు, బాధ్యతకు పుట్టింది. పరలోకం కల్పన కాదు, నైతిక నియంత్రణ సాధనం. నీతి అంటే దేవుని భయం కాదు మనస్సాక్షి బలం.

మత ధర్మ జననంలో కేంద్ర భావన అమరత్వం. ఈజిప్టులో ఆత్మను ఏడు భాగాలుగా పరిగణించేవారు. హిందూ సూత్రాలలో సూక్ష్మశరీర భావన, క్రైస్తవంలో ఆత్మ, బౌద్ధంలో చైతన్యం, ఇస్లాంలో ఆత్మ స్వతంత్రత అన్నియు ఒకే ధ్యేయాన్ని సూచిస్తాయి. రాజకీయంగా ఈజిప్టు పతనమైంది, సంస్కృతి శాశ్వతంగా నిలిచింది. ఈజిప్టు నాగరికత పతనానికి కారణాలు హిక్సోస్ దాడులు, లిబియన్ యాత్రలు,

ఆసిరియన్-పర్షియన్ ఆక్రమణలు, అలెగ్జాండర్ మహారాజు, రోమన్ పాలన. శరీరం చనిపోయినా, ఆత్మ సమస్త ప్రపంచంలో వ్యాపించి నిలిచింది.

ఈజిప్టు నాగరికత మనుషులకు ఇచ్చిన ప్రధాన సందేశం, మతం అంటే మనిషి నీతి శాస్త్రీయ రూపం, తనను తాను అర్థం చేసుకోవడానికి మనిషి దేవుణ్ణి నిర్మించాడు. ధర్మం సమాజ స్థిరత్వానికి శక్తి. ధర్మం లేకపోతే రాజ్యం ఉండదు. మాత్ ఈజిప్టు ఇచ్చిన గొప్ప బహుమతి. పునర్జన్మ భావన మనిషికి ఆశ ఇచ్చింది, మరణం అంతం కాదు.

మతం రాజకీయ శక్తి సాధనం, మతాన్ని అర్థం చేసుకోవాలంటే, దాని రాజకీయ నేపథ్యాన్ని తెలుసుకోవాలి. సంస్కృతులు నశించవు రూపం మార్చుకుంటాయి. వెస్టీజియల్ కల్చర్ ద్వారా ఓసిరిస్, ఐసిస్, హోరస్ ఈ రోజు కూడా మనకు చుట్టూ ఉన్న నైతిక భావనలలో జీవిస్తున్నారు.

నైల్ వరద శాస్త్రీయ పరిశీలన సూర్య పూజ ఖగోళ గమనాలు, దేవుడు సమాజం నిర్మించేందుకు మనిషి సృష్టించిన ప్రతీక. నీతి, న్యాయం, సత్యం ఎప్పటికీ మారని ధర్మం. మతం రాజకీయానికి బానిసైతే సమాజం పతనం.

పరలోకాన్ని సృష్టించిన అసలు కారణం ప్రజలను నీతి వైపు నడిపించడానికి, పరలోకం అనే భావన మానవ చరిత్రలో యాదృచ్ఛికంగా పుట్టలేదు. ఇది భయాన్ని రెచ్చగొట్టడానికి మాత్రమే కాదు, సమాజాన్ని క్రమబద్ధంగా, నీతిమంతంగా నిలబెట్టడానికి రూపొందిన ఒక మానసిక నైతిక వ్యవస్థ. ఈ భావన తొలిసారిగా స్పష్టమైన రూపం పొందింది ఈజిప్టు నాగరికతలోనే. ఈజిప్టు ప్రజల దృష్టిలో మరణం అంతం కాదు. మరణం అనేది ఒక నైతిక పరీక్ష తర్వాతి ప్రయాణానికి ద్వారం మాత్రమే. వారు నమ్మిన ముఖ్య భావనలు.

మనిషి చేసిన ప్రతి పని నమోదు అవుతుంది, మరణానంతరం ఆత్మకు న్యాయ విచారణ జరుగుతుంది. నీతి జీవితం గడిపినవాడు శాశ్వత శాంతిని

పొందుతాడు, అధర్మం చేసినవాడు నాశనానికి గురవుతాడు. ఇది మతపరమైన భయసృష్టి కాదు సామాజిక క్రమశిక్షణ సాధన.

పరలోకం భావన లేకపోతే, అధికారం ఉన్నవాడు అధర్మం చేస్తాడు. బలవంతుడు బలహీనుణ్ని అణచివేస్తాడు. ధనం ఉన్నవాడు న్యాయాన్ని కొనుగోలు చేస్తాడు. సమాజంలో భయం మాత్రమే ఉంటుంది, నీతి కాదు. అందుకే పరలోకం రాజుకూ వర్తించాలి. పేదవాడికీ వర్తించాలి. అందరికీ సమానంగా ఉండాలి.

ఈజిప్టు దృష్టిలో దేవుడు శిక్షకుడు కాదు. రాజకీయ నాయకుడి మిత్రుడు కాదు. మనిషి మనస్సాక్షికి ప్రతీక, దేవుడు నీతికి ప్రతిరూపం. ఇది చాలా గొప్ప తాత్విక అభివృద్ధి. ఈ భావన యొక్క ఆధునిక అర్థం, ఈరోజు మనం పరలోకాన్ని అక్షరాలా నమ్మకపోయినా, ఇది తప్పు అని లోపల నుంచి అనిపించడం, ఎవరూ చూడకపోయినా ఇది చేయకూడదు అనిపించడం, మనస్సాక్షి గద్దించటం, ఇవన్నీ పరలోక భావనకు ఆధునిక రూపాలు. పరలోకం బయట కాదు, మనిషి లోపలే ఉంది.

18

పూజారి వ్యవస్థ – సామాజిక పాత్ర

దేవుడు మనిషి మధ్య అనుసంధానం ఎలా ఏర్పడింది? మానవ చరిత్రలో అత్యంత ప్రభావవంతమైన సామాజిక నిర్మాణాల్లో ఒకటి పూజారి వ్యవస్థ. దేవుడిని చేరుకోవాలనే తపనతో ప్రారంభమైన మానవ ప్రయాణంలో, ఆ ప్రయాణానికి మధ్యవర్తి అవసరం ఏర్పడిన క్షణమే పూజారి వ్యవస్థ జన్మించింది. ఆది మనిషి దేవుడి భావనకు భయపడ్డాడు. తర్వాత దేవుడిని ప్రార్థించాడు. ఆపై దేవుడిని అర్థం చేసుకోవాలని ప్రయత్నించాడు. ఈ మూడు దశల మధ్యలోనే పూజారి వ్యవస్థ ఆవిర్భవించింది.

పూజారి మొదటగా అధికారం కాదు సేవ. కాలక్రమేణా అదే సేవ సంస్థగా, వర్గంగా, అధికార వ్యవస్థగా రూపాంతరం చెందింది. పూజారి వ్యవస్థ ఆది రూపం, ప్రాగ్ఐతిహాసిక సమాజంలో రాతి యుగంలో మనిషికి ప్రకృతి అర్థం కాలేదు, మృత్యువు భయంకరంగా అనిపించింది, వ్యాధులు శాపంలా కనిపించాయి, వర్షం, మెరుపు, అగ్ని, అడవులు అన్నీ దేవతలుగా భావించబడ్డాయి. ఈ దశలో పూజారి శామన్, మాంత్రికుడు, గోత్ర పెద్ద అవుతాడు. అతడు ఆత్మలతో మాట్లాడగలడు, వర్షం తెప్పించగలడు, రోగాన్ని తరిమివేయగలడని సమాజం మరొక ఆలోచన లేకుండా నమ్మింది.

పూజారి వ్యవస్థ, వారసత్వం కాదు, వృత్తి కాదు, శక్తి ప్రదర్శన ఆధారిత పాత్ర. వ్యవసాయ సమాజంలో పూజారి అవసరం ఏర్పడింది. మనిషి వ్యవసాయం

నేర్చుకున్న తరువాత స్థిర జీవితం, భూమి యాజమాన్యం, పంటలు, కాలచక్రం. ఈ దశలో దేవుడు ప్రకృతి శక్తి నుంచి పంటలు ఇచ్చే శక్తిగా మారాడు.

దీనితో పాటు పండుగలు, ఋతువులు, ఆచారాలు క్రమబద్ధమయ్యాయి. పూజారి కాలాన్ని లెక్కపెట్టేవాడు, ఆచారాలను నిర్వహించేవాడు, దేవతను ప్రసన్నం చేసే వ్యక్తి అయ్యాడు. పూజారి వ్యవస్థ స్మృతి ఆధారిత జ్ఞానం ఆచార నైపుణ్యం అనే రెండు లక్షణాలు పొందింది.

మత గ్రంథాల ఆవిర్భావం తోనే పూజారి ఆధిపత్యానికి బీజం పడింది. రాతిని కనిపెట్టడం ఒక విప్లవం. దానితో పాటు వేదాలు, తోరా, అవెస్టా, బైబిల్, ఖురాన్ వంటి గ్రంథాలు వచ్చాయి. ఇక్కడే పూజారి వ్యవస్థ కొత్త దశలోకి ప్రవేశించింది. ఎందుకంటే గ్రంథం అందరికీ అర్థం కాదు, భాష సామాన్యుడికి అందుబాటులో లేదు, వ్యాఖ్యానం అధికారం అయ్యింది. పూజారి అంటే గ్రంథానికి ఆధిపత్యం వహించే మాధ్యమికుడు.

హిందూ మతంలో పూజారి వ్యవస్థ వికాసం, వేద కాలంలో యజ్ఞాలు, ఋత్వికులు, పూజారి సేవా పాత్ర ఉండేది. ఉపనిషత్తుల కాలంలో బ్రాహ్మణుడు అంటే జ్ఞాని, కర్మకాండ కంటే జ్ఞానానికి ప్రాధాన్యం. స్మృతి కాలంలోపూజారి వ్యవస్థ కుల వ్యవస్థగా రూపాంతరం చెందింది. బ్రాహ్మణుడు జన్మ ఆధారిత పూజారి, మతాధి కారిగా, సామాజిక నియంత్రకుడిగా మారాడు. ఇక్కడే పూజారి సేవ నుంచి అధికారానికి మారాడు.

బౌద్ధ మతం, పూజారి వ్యవస్థకు వ్యతిరేక విప్లవం, బుద్ధుడు స్పష్టంగా చెప్పాడు దేవుడు మధ్యవర్తి కాదు, బౌద్ధ సంఘంలో పూజారి లేదు, యజ్ఞాలు లేవు. గ్రంథం అందరికీ భిక్షువులు పూజారులు కాదు ఉపదేశకులు. కాలక్రమేణా విహారాలు, లామా వ్యవస్థ, మహాయాన బౌద్ధంలో ఆచారాలు, మళ్లీ పూజారి తరహా

వ్యవస్థ ఏర్పడింది. ఇది కాలానుగుణ మార్పుకు సంకేతం, సమాజం ఎప్పుడూ మధ్యవర్తిని కోరుతుంది.

జైన మతంలో పూజారి భావన, దేవుడు సృష్టికర్త కాదు, తీర్థంకరులు మార్గదర్శకులు. అందువల్ల పూజారి అవసరం తక్కువ. ఆలయాలు, ప్రతిష్ఠలు, ఆచారాలు వచ్చిన తర్వాత యతి, ఆచార్యుడు పూజారి పాత్ర పోషించాడు.

యూదు మతంలో పూజారి వ్యవస్థ, యూదు మతంలో కోహెన్ (ప్రీస్ట్), లేవీయులు. దేవాలయంలో బలులు, ఆచారాలు, పాప విమోచనం పూజారి ద్వారా మాత్రమే. ఇది దేవుడు మనిషి మధ్య అధికారిక మధ్యవర్తిత్వం.

క్రైస్తవ మతంలో పూజారి వికాసం, యేసు చెప్పాడు 'దేవుడు గుండెల్లో ఉంటాడు' కాని ఆయన తరువాత చర్చి, పాద్రి, బిషప్, పోప్ అనే వ్యవస్థ వచ్చింది. పూజారి పాప విమోచనాధికారి, స్వర్గ ద్వారపు తాళం దారుడు అయ్యాడు. మధ్యయుగాల్లో చర్చి అంటే దేవుడు, పూజారి అంటే దేవుడి ప్రతినిధి.

ఇస్లాం పూజారి వ్యవస్థ లేని మతం, ఇస్లాంలో అధికారిక పూజారి లేదు. ప్రతి మనిషి దేవుడిని ప్రార్థించవచ్చు. ఇమామ్, మౌలవి, ఖాజీ, వివరణ, చట్టం, ప్రార్థనలో మధ్యవర్తులయ్యారు. ఇక్కడ పూజారి ఆచార నిర్వాహకుడు కాదు, ధర్మ వ్యాఖ్యాత.

పూజారి వ్యవస్థ ఇప్పటికీ ఎందుకు నిలిచిందనే ప్రశ్నకు నిలిచిన కారణాలు భయం, అజ్ఞానం, సంక్లిష్ట గ్రంథాలు, మానసిక భరోసా, అవసరం, సామాజిక నియంత్రణ, మనిషికి దేవుడు కన్నా దేవుడిని అర్థం చెప్పేవాడు కావాలి. పూజారి వ్యవస్థ మొదట మానవ అవసరం, తర్వాత మానవ నిర్మాణం, అంతిమంగా మానవ ఆధిపత్యం అయింది.

సేవ ఎలా అధికారంగా మారింది, పూజారి వ్యవస్థ మానవ అవసరం నుంచి ఎలా పుట్టింది, కాలక్రమేణా ఎలా సంస్థగా, అధికార వ్యవస్థగా మారింది. పూజారి

వ్యవస్థ సమాజాన్ని రక్షించిందా లేక నియంత్రించిందా, ఆధ్యాత్మికతను విస్తరించిందా, అధికారానికి బంధించిందా? ఈ ప్రశ్నల సమాధానాలే పూజారి వ్యవస్థ యొక్క అసలు చరిత్ర.

పూజారి వ్యవస్థ అంటే సామాజిక నియంత్రణ సాధనం, ఏ సమాజమైనా మూడు ఆధారాలపై నిలుస్తుంది భయం, ఆశ, నియంత్రణ. పూజారి వ్యవస్థ ఈ మూడింటినీ ఉపయోగించింది. భయం, పాపం, నరకం, శాపం, ఆశ, స్వర్గం, మోక్షం, పుణ్యం, నియంత్రణ , ఆచారాలు, నియమాలు, నిషేధాలు దేవుడి పేరుతో నియంత్రణ జరగడం వల్ల, దానికి తిరుగుబాటు చేయడమంటే దేవుడికి తిరుగుబాటు చేసినట్లు మారింది. ఇక్కడే పూజారి వ్యవస్థ ఆధ్యాత్మిక మార్గదర్శి నుంచి సామాజిక శాసనాధికారిగా మారింది.

హిందూమతంలో పూజారి వ్యవస్థ, కనిపించని హింస, హిందూ మతంలో పూజారి వ్యవస్థ ప్రత్యక్ష హింస తక్కువ కాని సంస్థాగత హింస ఎక్కువ. కుల వ్యవస్థ, పూజారి బ్రాహ్మణుడు పూజారి, ధర్మ నిర్వచకుడు, సామాజిక ప్రమాణాల నిర్ణేత. ఇతర కులాలు ఆచరణకర్తలు, ప్రశ్నించలేని స్థితి. ఎవరు పూజారి అవ్వగలరనే ప్రశ్నకు జన్మ ఆధారిత సమాధానం ఇచ్చినప్పుడే జ్ఞానం అధికారమైంది.

చార్వాకులు, బౌద్ధులు, జైనులు పూజారి ఆధిపత్యాన్ని ప్రశ్నించారు, ఫలితంగా వారి గ్రంథాలను నాశనం గావించడం, ఛీత్కారాలతో, అవమానాలతో సామాజిక బహిష్కరణ, చరిత్రలో వీరిని హీనులుగా చిత్రీకరణ గావించారు.

క్రైస్తవ మతంలో పూజారి వ్యవస్థ, చర్చ్ శక్తి. యేసు క్రీస్తు 'దేవుడు గుండెల్లో ఉంటాడు' కాని చర్చి చెప్పింది దేవుడు చర్చి ద్వారానే చేరతాడు. పాద్రి పాప విమోచన అధికారి, వివాహం, మరణం, స్వర్గం అన్నింటికీ మార్గం. మధ్యయుగాల్లో చర్చి అంటే రాజ్యాధికారం, పూజారి అంటే న్యాయమూర్తి, ఫలితం గెలీలియో కు శిక్ష, బ్రునో దహనం, శాస్త్రానికి నిషేధం, ఇవి నిరూపిస్తాయి పూజారి వ్యవస్థకు ప్రశ్న అంటే

ప్రమాదకరం.

ఇస్లాంలో పూజారి భావన, అధికార వ్యాఖ్యానం. ఇస్లాంలో అధికారిక పూజారి లేదు అని చెబుతారు. కాని వాస్తవంలో మౌలవి, ఉలెమా, ఖాజీ అనే వర్గం ధర్మ వ్యాఖ్యానంపై ఆధిపత్యం సంపాదించింది. సుఫీలు ప్రేమ, అనుభూతి, అంతర్ముఖత, 'దేవుడు గుండెల్లో' అన్న భావన. అలాగే మంసూర్ అల్ హల్లాజ్ 'అనల్ హక్' అన్న మాటకు మరణం. ఇది చెబుతుంది పూజారి వ్యవస్థ లేని మతం కూడా వ్యాఖ్యానాధికార వ్యవస్థను సృష్టిస్తుంది.

పూజారి వ్యవస్థకు వ్యతిరేక సంస్కరణ ఉద్యమాలు, చరిత్రలో ప్రతిసారి పూజారి అధికారం పెరిగినప్పుడు సంస్కరణ ఉద్యమాలు పుట్టాయి. ముఖ్య ఉదాహరణలు బుద్ధుడు, మహావీరుడు, యేసు, ముహమ్మద్ ప్రారంభ దశలో, కబీర్, బసవన్న, నానక్, లూథర్. వీరిలో సామాన్యత దేవుడు మధ్యవర్తి కాదు. వీరి తరువాత మళ్లీ పూజారి వ్యవస్థ పుట్టింది. ఇది మానవ స్వభావాన్ని చూపిస్తుంది.

ఆధునిక యుగం, పూజారి వ్యవస్థ సంక్షోభం, విజ్ఞానం, విద్య, సమాచార విప్లవం గ్రంథాలు అందరికీ, భాషలు అనువాదం, ప్రశ్నించే ధైర్యం. దీంతో పూజారి ప్రత్యేకత తగ్గింది. కాని పూర్తిగా అంతరించలేదు. కారణాలు మానసిక భరోసా అవసరం, ఆచారాలకు అలవాటు, సామాజిక గుర్తింపు, సంప్రదాయం.

మనోవిజ్ఞానం చెబుతుంది అనిశ్చితి భయం, మరణ భయం, అర్థం కోసం తపన. ఈ మూడింటికీ పూజారి తక్షణ సమాధానం ఇస్తాడు. సత్యం కాదు కాని భరోసా ఇస్తాడు. అందుకే పూజారి వ్యవస్థ శాస్త్రం ఎదిగినా పూర్తిగా కూలలేదు.

భవిష్యత్తులో పూజారి వ్యవస్థ అవసరమా అనే ప్రశ్నకు సమాధానం అవును కూడా, కాదు కూడా. అవసరం ఉన్నది ఆచారాధికారిగా వ్యవహరించే పూజారి కాదు, అవసరం ఉన్నది నైతిక మార్గదర్శిగా నిలిచే పూజారి. ఆచారాల పేరుతో, సంప్రదాయాల పేరుతో అధికారాన్ని కేంద్రీకరించే పూజారి వ్యవస్థ తిరిగి ఘర్షణలకు,

విభజనలకు దారి తీసే ప్రమాదం ఉంది. పూజారి వ్యవస్థ మొదట దేవుడిని మనిషికి చేరువ చేయడానికి పుట్టింది. కాని చరిత్రలో ఎన్నో సందర్భాల్లో అదే వ్యవస్థ దేవుడికి తలుపులు వేసింది. దేవుడి పేరుతో అధికారం ఏర్పడినప్పుడు, భక్తి కంటే భయం పెరిగింది; ఆత్మశుద్ధి కంటే ఆచారబద్ధత పెరిగింది.

అసలు అవసరం దేవుడు కాదు, దేవుడి పేరుతో ఏర్పడే అధికార వ్యవస్థ కూడా కాదు. దేవుడు ఉంటే, అది మనిషి కోసం ఉండాలి, మనిషి దేవుడి కోసం కాదు. దేవుడిని కేంద్రంగా పెట్టి మనిషిని చిన్నచేసే ఆలోచన మతం కాదు; అది అధికార రాజకీయం. నిజమైన పూజారి దేవుడి ప్రతినిధిగా కాకుండా, మనిషికి దారి చూపే సహయాత్రికుడిగా ఉండాలి. అతడు భయాన్ని నాటకూడదు, ప్రశ్నలను ఆపకూడదు, అంధ విశ్వాసాన్ని పెంచకూడదు. అతని జీవనోపాధి ఆచారాల మీద ఆధారపడవచ్చు, కాని అతని ఆత్మబలం సత్యం, నైతికత, మానవ విలువల మీద నిలబడాలి.

భవిష్యత్ సమాజంలో మతం బాహ్య ఆచారాల నుంచి అంతర్ముఖత వైపు మారాలి. దేవాలయాల కంటే మనస్సులు పవిత్రమవ్వాలి. పూజారుల కంటే మానవత్వమే మార్గదర్శిగా నిలవాలి. ధర్మం అంటే నియమాల కట్టుబాటు కాదు; ధర్మం అంటే బాధ్యతతో కూడిన స్వేచ్ఛ. ఆ స్వేచ్ఛను బోధించే వ్యక్తి పూజారి కావచ్చు, ఆ స్వేచ్ఛను అణచివేసే వ్యవస్థ ఎట్టి పరిస్థితుల్లోనూ పవిత్రం కాదు.

అంతిమంగా, మతం యొక్క భవిష్యత్తు పూజారుల చేతుల్లో కాదు, మనిషి చేతుల్లో ఉంది. దేవుడు మనిషిని మనిషిగా నిలబెట్టినప్పుడు మాత్రమే దేవుడి భావన అర్థవంతమవుతుంది. ఆ మార్గంలో పూజారి ఒక దీపంలా వెలిగితే సరిపోతుంది; సూర్యుడిలా అన్ని దిశలను నియంత్రించాలనుకుంటే, అదే చీకటికి కారణమవుతుంది. మానవత్వమే పరమారాధనగా మారిన రోజే, మతానికి నిజమైన విముక్తి కలుగుతుంది.

19

అజీవిక మతం – మక్కలి గోసాల

భారతీయ తాత్విక చరిత్ర అనేది ఒకే మతానికి లేదా ఒకే సిద్ధాంతానికి పరిమితం కాదు. అది అనేక విభిన్న ఆలోచనా ప్రవాహాల సమ్మేళనం. వేద సంప్రదాయం, ఉపనిషత్తుల తాత్వికత, శ్రమణ ఉద్యమాలు, బౌద్ధ, జైన మతాలు, చార్వాకులు ఇవన్నీ కలిసి భారతీయ ఆలోచనా పరిణామాన్ని నిర్మించాయి. ఈ విభిన్న ప్రవాహాల్లో అజీవిక మతం ఒక ప్రత్యేకమైన, కాని కాలగర్భంలో కనుమరుగైన తత్వ సంప్రదాయం.

అజీవిక మతం భారతదేశంలో క్రీ.పూ. 6వ శతాబ్దంలో ఉద్భవించింది. ఇది బౌద్ధం, జైన మతాలతో సమకాలీనంగా వికసించినప్పటికీ, వాటి లాగా దీర్ఘకాలం నిలవలేకపోయింది. అయినప్పటికీ, భారతీయ తాత్విక చరిత్రలో అజీవిక మతం ఒక విధివాద సంప్రదాయానికి ప్రతీకగా నిలిచింది.

అజీవిక మతం యొక్క ఉద్భవం, చారిత్రక నేపథ్యం, క్రీ.పూ. 6వ శతాబ్దం భారతదేశంలో తీవ్రమైన సామాజిక, మతపరమైన మార్పుల కాలం. వేద యజ్ఞ వ్యవస్థ ఖరీదైనదిగా మారింది. బ్రాహ్మణాధిపత్యం పెరిగింది. సామాన్య ప్రజలకు ఆధ్యాత్మిక విముక్తి దూరమైంది. రాజ్యాలు విస్తరించాయి, పట్టణ సంస్కృతి ఎదిగింది.

ఇలాంటి కాలమాన పరిస్థితుల్లో శ్రమణ ఉద్యమం ఉద్భవించింది. శ్రమణులు అంటే వేద సంప్రదాయాన్ని ప్రశ్నించిన సంచార తపస్వులు. బుద్ధుడు, మహావీరుడు, మక్కలి గోసాల వీరందరూ ఈ ఉద్యమానికి చెందినవారే.

అజీవిక మతానికి మక్కలి గోసాల స్థాపకుడు మరియు ప్రధాన ఆచార్యుడు. అతని జీవితం గురించి సమాచారం ప్రధానంగా జైన, బౌద్ధ గ్రంథాల ద్వారా లభిస్తుంది. మొదట మహావీరుడితో కలిసి సంచార తపస్విగా జీవించాడు. తరువాత సిద్ధాంత భేదాల వల్ల విడిపోయాడు. స్వతంత్ర తత్వాన్ని ప్రచారం చేశాడు. అతని ప్రధాన బోధన మనిషి జీవితం పూర్తిగా నియతి విధి ఆధీనంలోనే ఉంటుంది.

అజీవిక మతం యొక్క ప్రధాన తత్వ సిద్ధాంతాలు, నియతి సిద్ధాంతం, అజీవిక మతానికి కేంద్ర సిద్ధాంతం నియతి.

ప్రపంచంలో జరిగే ప్రతిదీ ముందే నిర్ణయించబడి ఉంది. మనిషి ప్రయత్నం పురుషార్థం వ్యర్థం. పుణ్యం, పాపం, కర్మ ఫలాలు జీవన గమ్యాన్ని మార్చలేవు. ఇది భారతీయ తాత్విక చరిత్రలో అత్యంత కఠినమైన విధివాదం.

కర్మ సిద్ధాంతానికి నిరాకరణ, బౌద్ధం, జైన మతాలు కర్మ సిద్ధాంతాన్ని ఆధ్యాత్మిక వికాసానికి మూలంగా స్వీకరించాయి. కాని అజీవికులు కర్మలకు స్వతంత్ర శక్తి లేదన్నారు. మనిషి చేసే పనులు అతని విధిని మార్చవని చెప్పారు. ఇది అజీవిక మతాన్ని ఇతర మతాల నుంచి పూర్తిగా వేరు చేసింది.

ఆత్మ సిద్ధాంతం, ఆత్మ శాశ్వతమైనది. ఆత్మ నిర్దిష్ట సంఖ్యలో జన్మలు పొందుతుంది. చివరకు నియతి ప్రకారం విముక్తి సాధిస్తుంది. ఇక్కడ విముక్తి కూడా కృషితో కాదు కాలంతో సహజంగా వస్తుంది.

అజీవిక మతం యొక్క ఆధ్యాత్మిక స్వరూపం, తపస్సు మరియు నియమాలు, అజీవికులు తీవ్రమైన తపస్సును ఆచరించారు. నగ్న జీవనం అచేలకత్వం, ఉపవాసాలు, కఠిన శారీరక నియంత్రణ. అయితే, ఈ తపస్సు కూడా విముక్తికి కారణం కాదని అది కూడా నియతిలో భాగమేనని వారు నమ్మారు.

ఆధ్యాత్మిక విరుద్ధత, ఇక్కడ ఒక లోతైన విరోధాభాసం కనిపిస్తుంది తపస్సు చేస్తున్నారు. కాని తపస్సుతో మార్పు రాదంటున్నారు. ఈ తత్వ విరుద్ధతే అజీవిక మతానికి ఆధ్యాత్మికంగా బలహీనతగా మారింది.

అజీవిక సాహిత్యం, స్వంత గ్రంథాల నాశనం, అజీవికుల స్వంత గ్రంథాలు నేటికి అందుబాటులో లేవు. వాటి పేర్లు మాత్రమే జైన, బౌద్ధ గ్రంథాల్లో ప్రస్తావించ బడ్డాయి.

లిఖిత సంప్రదాయం బలహీనంగా ఉండటం, సంస్థాగత రక్షణ లేకపోవడం, ప్రత్యర్థి మతాల ఆధిపత్యం, ఇతర మత గ్రంథాల్లో అజీవికులు, జైన ఆగమాలు, బౌద్ధ పిటకాలు ఈ గ్రంథాల్లో అజీవికులు చాలాసార్లు విమర్శలతో ప్రస్తావించబడ్డారు.

ఆర్థిక కోణంలో అజీవిక మతం, భిక్షాటన ఆధారిత జీవనం, అజీవికులు, వ్యవసాయం, వ్యాపారం చేయలేదు, సంపద సేకరణను నిరాకరించారు. భిక్ష మీద ఆధారపడ్డారు. ఇది దీర్ఘకాలంలో ఆర్థిక అస్థిరతకు దారితీసింది.

రాజాశ్రయం, మౌర్య రాజు బిందుసారుడు అజీవికులను ఆదరించాడు. అశోకుడు కూడా ప్రారంభంలో సహానుభూతి చూపించాడు. కాని బౌద్ధానికి అశోకుడి మద్దతు పెరిగాక అజీవికులకు రాజాశ్రయం తగ్గిపోయింది.

సామాజిక కోణం, సామాజిక ఆకర్షణ లోపం, మీ ప్రయత్నం అవసరం లేదు అనే సందేశం, సామాజిక చలనంకి వ్యతిరేకంగా వుండడం, యువతకు ప్రేరణ లేని తత్వం ఇవి ప్రజలలో నైరాశ్యాన్ని పెంచాయి.

వ్యవస్థీకృత సంఘం లేకపోవడం, బౌద్ధ సంఘం లాంటి బలమైన నిర్మాణం లేదు, శిక్షణ, బోధన వ్యవస్థ బలహీనంగా ఉంది. దీంతో తరతరాలకు మతం కొనసాగలేదు.

ఇతర మతాల ప్రభావం, బౌద్ధ మతం ప్రభావం, కరుణ, మధ్యమార్గం, వ్యక్తిగత ప్రయత్నానికి విలువ ఈ సిద్ధాంతాలు ప్రజలకు ఆశ చూపాయి.

జైన మతం ప్రభావం, అహింస, కర్మ సిద్ధాంతం, నైతిక జీవితం. ఇవి అజీవిక విధివాదాన్ని మించిన ఆచరణాత్మకతను అందించాయి.

అజీవిక మతం పతనానికి ఆధ్యాత్మిక కారణాలు, విధివాదం వల్ల ఆత్మవికాసానికి ప్రేరణ లేక పోవడం, తపస్సు ఫలితం మధ్య విరోధం.

ఆర్థిక కారణాలు, స్వావలంబన లేకపోవడం, రాజాశ్రయం తగ్గిపోవడం, సామాజిక కారణాలు, ప్రజాస్వామ్య స్వభావం లేకపోవడం, సామాజిక మార్పులకు అడ్డుకట్ట. మతపరమైన పోటీ, బౌద్ధ, జైన మతాల సజీవత, సంస్థాగత బలం,

చారిత్రక ప్రాముఖ్యత మరియు వారసత్వం, అజీవిక మతం నశించినా, భారతీయ తత్వంలో విధివాదంపై చర్చకు బీజం వేసింది. మనిషి స్వేచ్ఛ ఎదురుకక్షి విధి అనే ప్రశ్నను బలంగా నిలిపింది. తత్వ వైవిధ్యానికి ఉదాహరణగా నిలిచింది. అజీవిక మతం ఒక తాత్విక ధైర్య ప్రయత్నం, సామాజికంగా నిలవలేని తత్వం. ఇది ఒక ముఖ్యమైన పాఠం చెబుతుంది. మనిషికి ఆశ, ప్రయత్నానికి విలువ, మార్పుపై విశ్వాసం లేకపోతే ఏ మతమూ, ఏ సిద్ధాంతమూ దీర్ఘకాలం నిలవదు.

అజీవిక మతం ఒక చరిత్రలో కలిసిపోయిన తాత్విక ప్రయోగం, కాని ఆలోచనల పరిణామంలో ఒక కీలక అధ్యాయం.

20

నియతి వాదం - నంద వఛుడు

నియతి వాదం, ఆజీవిక మత ఆవిర్భావం. నంద వఛుడు అనే పేరు కొన్ని సంప్రదాయాలలో మక్కలి గోసాలుడు ఆజీవిక సంప్రదాయంతో అనుసంధానంగా ఉపయోగించబడుతుంది. నియతి వాదం ప్రధానంగా ఆజీవిక మతానికి కేంద్ర సిద్ధాంతం.

భారత తాత్విక చరిత్రలో మూడు ప్రధాన ప్రశ్నలు మానవ మేధస్సును కుదిపేశాయి. మన జీవితం మన చేతుల్లో ఉందా, కర్మ ఫలితాలు నిజంగా మన చర్యల వల్లేనా, మన భవిష్యత్తు ముందే నిర్ణయించబడిందా? మూడవ ప్రశ్నకు అత్యంత తీవ్రమైన సమాధానం ఇచ్చిన తత్వమే నియతి వాదం.

నియతి అంటే ముందే నిర్ణయించబడిన విధి, మారలేని క్రమం, తప్పించుకోలేని ప్రకృతి నియమం. నియతి వాదం ప్రకారం మనిషి చేసే పనులు కాదు, అతని జీవితం ముందే నిర్ణయించబడింది. కర్మకు, ప్రయత్నానికి స్వతంత్ర శక్తి లేదు. ఈ సిద్ధాంతం ఒక మతంగా, ఒక జీవన తత్వంగా ఆజీవిక మతం ద్వారా విస్తృతంగా వ్యాప్తి చెందింది.

నంద వఛుడు ఆజీవిక సంప్రదాయం నేపథ్యం, నియతి వాదానికి ప్రధాన ప్రతినిధిగా చరిత్ర గుర్తించిన వ్యక్తి నంద వఛుడు కొన్ని గ్రంథాల్లో మక్కలి గోసాలుడు. కాలపరిమితి క్రీ.పూ. 6వ శతాబ్దం, బుద్ధుడు, మహావీరుడు సమకాలీనుడు. ఈ కాలం భారతదేశంలో ఒక మేధో విప్లవ కాలం: వైదిక సంప్రదాయం ప్రశ్నించబడుతోంది,

కొత్త తాత్విక ధారలు పుట్టుకొస్తున్నాయి, శ్రమణ ఉద్యమాలు విస్తరిస్తున్నాయి. ఈ నేపథ్యంలో నియతి వాదం ఒక తీవ్ర ప్రతిస్పందనగా పుట్టింది.

ఆజీవిక మతం నియతి వాదానికి వాహకం, నియతి వాదం ఒక ఒంటరి తాత్విక భావన కాదు. అది ఒక మత వ్యవస్థగా రూపుదిద్దుకుంది. అదే ఆజీవిక మతం. ఆజీవిక మత ముఖ్య లక్షణాలు కఠిన తపస్సు, నిర్లిప్త జీవనం, వస్త్రరహితత్వం కొన్ని వర్గాల్లో, భిక్ష ఆధారిత జీవితం. కాని ఈ బాహ్య లక్షణాలన్నింటి వెనుక ఉన్న గుండె సిద్ధాంతం నియతి.

నియతి వాదం మూల సిద్ధాంతం, నియతి వాదం ప్రకారం, ప్రతి జీవి జననం, ప్రతి సంఘటన, ప్రతి బాధ, ప్రతి ఆనందం అన్నీ ముందే నిర్ణయించబడ్డాయి. అందువల్ల మన ప్రయత్నం ఫలితాన్ని మార్చగలదా? కాదు, కర్మ ఫలం ఉందా? లేదు, పాప పుణ్యాలకు అర్థం ఉందా? లేదు, మోక్షం సాధించగలమా? నియతి నిర్ణయిస్తే మాత్రమే. ఇది పూర్ణ విధివాదం.

కర్మ సిద్ధాంతానికి తీవ్ర వ్యతిరేకత, భారత తత్వంలో కర్మ సిద్ధాంతం చాలా బలంగా ఉంది. నియతి వాదం దానిని పూర్తిగా తిరస్కరించింది. నియతి వాదం ప్రశ్నించింది ఒక మనిషి చేసిన పని వల్లే అతని జీవితం నిర్ణయించబడుతుందంటే ఎందుకు ఒకే విధంగా చేసిన ఇద్దరికి వేర్వేరు ఫలితాలు వస్తాయి? ఈ ప్రశ్న అప్పట్లో సంచలనంగా మారింది. నియతి వాదం సమాధానం కర్మ కాదు నియతే కారణం.

నైతికతపై నియతి వాదం దృష్టి, నియతి వాదం తరచూ విమర్శించబడిన అంశం, ఇది నైతిక బాధ్యతను నశింపజేస్తుంది కాని నియతి వాదుల దృష్టిలో నైతికత శిక్ష భయంపై ఆధారపడకూడదు, జీవితం ఒక ప్రయాణం, అది ఎలా సాగాలో నియతి నిర్ణయిస్తుంది. అంటే మనం మంచివాళ్లమా చెడ్డవాళ్లమా అన్నది కూడా నియతి భాగమే.

నియతి వాదం ఎందుకు ప్రజలను ఆకర్షించింది? బాధకు అర్థం ఇచ్చింది. దుఃఖం ఎదుర్కొన్న మనిషి ప్రశ్న నేను ఏ తప్పు చేశాను? నియతి వాదం సమాధానం నీ తప్పు కాదు ఇది నియతి, ఇది బాధలో ఉన్నవారికి ఒక మానసిక ఉపశమనం.

సమానత్వ భావన, కర్మ సిద్ధాంతం కొన్నిసార్లు పేదరికానికి పాపం, దుఃఖానికి గత జన్మ తప్పు అని ముద్ర వేస్తుంది. నియతి వాదం ఎవరూ తప్పు చేయలేదు అందరూ నియతికి లోబడి ఉన్నారు.

బౌద్ధం, జైనంతో తొలి ఘర్షణ, నియతి వాదం ఎదుగుతున్న కాలంలోనే బౌద్ధం కర్మ మార్గాన్ని ప్రతిపాదించింది, జైనం కఠిన కర్మ సిద్ధాంతాన్ని ప్రతిపాదించింది. ఈ రెండింటికీ నియతి వాదం ప్రమాదకరం. బుద్ధుడు నియతి వాదాన్ని మనిషిని నిష్క్రియుడిని చేసే వాదం అని విమర్శించాడు.

నియతి వాదం శాస్త్రీయ కోణం, ఆధునిక శాస్త్రంలో కూడా కారణ ఫల నియమం, ప్రకృతి నియమాల నిర్ధిష్టత వంటివి ఉన్నాయి. కాని శాస్త్రం చెబుతుంది నిర్ధిష్టత ఉన్నా అవకాశాలూ ఉంటాయి. నియతి వాదం మాత్రం అవకాశానికే చోటివ్వదు.

నియతి వాదం కర్మ సిద్ధాంతానికి తీవ్ర సవాలు, మానవ స్వేచ్ఛపై ప్రశ్న, బాధకు తాత్విక వివరణ. ఒక మతంగా కాక ఒక గంభీర తాత్విక ప్రతిపాదనగా భారత ఆలోచనా చరిత్రలో నిలిచింది.

నియతి వాదం విస్తరణ రాజాశ్రయం మరియు సామాజిక వ్యాప్తి, నియతి వాదం కేవలం ఆశ్రమాలు, అరణ్యాల్లోనే పరిమితం కాలేదు. దానికి రాజకీయ ఆశ్రయం, సామాజిక వ్యాప్తి కూడా లభించింది.

మగధ సామ్రాజ్యం నియతి వాదానికి అనుకూల వాతావరణం, క్రీ.పూ. 6వ–5వ శతాబ్దాల్లో మగధ సామ్రాజ్యం భారతదేశంలో అత్యంత శక్తివంతమైన రాజ్యం. బింబిసారుడు, అజాతశత్రువు. ఈ కాలంలో అనేక తాత్విక వాదాలు

రాజసభల్లో చర్చించబడ్డాయి. ఆజీవికులు, రాజకీయ తిరుగుబాటు చేయలేదు, కర్మ పాప పుణ్యాల పేరుతో రాజ్యాన్ని ప్రశ్నించలేదు. కాబట్టి పాలకులకు ఇది ప్రజలను ప్రశాంతంగా ఉంచే సిద్ధాంతం అనే భావన కలిగింది.

రాజుల ఆశ్రయం ఎందుకు లభించింది? నియతి వాదం రాజులకు నచ్చిన కారణాలు ప్రజలలో తిరుగుబాటు భావన తగ్గుతుంది, అన్యాయం జరిగింది అనే ప్రశ్న బలహీనమవుతుంది, విధిని అంగీకరించే మనస్తత్వం పెరుగుతుంది. ఇది రాజకీయంగా అనుకూలం.

ఆజీవిక మత సంస్థాగత నిర్మాణం, నియతి వాదం కేవలం తాత్విక భావన కాక ఒక వ్యవస్థీకృత మతంగా మారింది. ఆశ్రమ జీవితం, ఆజీవికుల జీవితం సంచార జీవనం, గ్రామాల వెలుపల నివాసం, భిక్ష ఆధారం. వారికి గృహస్థ జీవితం ఒక నియతి ఫలితం తపస్సు మరో నియతి ఫలితం అంటే తపస్సు కూడా మోక్షానికి మార్గం కాదు కేవలం నియతి ప్రవాహంలో భాగం.

నియమాలు కాని ఎందుకు? ఇక్కడ ఒక విరోధాభాసం అన్నీ నియతే అయితే నియమాలెందుకు? ఆజీవిక సమాధానం నియమాలను పాటించడమూ పాటించక పోవడమూ రెండూ నియతే, అంటే నియమాలు మార్పు కోసం కాదు, నియమాలు జీవన విధానాన్ని ప్రతిబింబించేందుకు.

బౌద్ధం జైనం నియతి వాదం త్రిముఖ ఘర్షణ, భారత తాత్విక చరిత్రలో ఇది అత్యంత కీలక ఘర్షణ. బుద్ధుడి విమర్శ, బుద్ధుడు నియతి వాదాన్ని తీవ్రంగా ఖండించాడు. బౌద్ధ దృష్టిలో మనిషికి చైతన్య స్వేచ్ఛ ఉంది, మార్పు సాధ్యమే, దుఃఖ నివారణకు మార్గం ఉంది. నియతి వాదం గురించి బుద్ధుడి అభిప్రాయం ఇది మనిషిని నిస్సహాయుడిని చేస్తుంది, ప్రయత్నాన్ని అర్థహీనంగా చేస్తుంది. బౌద్ధం మధ్యమార్గం నియతి వాదం సంపూర్ణ విధివాదం.

జైన సిద్ధాంతంతో ఘర్షణ, జైనం అత్యంత కఠిన కర్మ సిద్ధాంతం, ప్రతి చర్యకు సూక్ష్మ కర్మ ఫలం, నియతి వాదం చర్యే కారణం కాదు ఈ రెండు సిద్ధాంతాలు ఒకదానికొకటి పూర్తిగా విరుద్ధం. వైదిక సంప్రదాయంతో విరోధం, వేదాంతంలో కర్మ, ధర్మ, మోక్ష మార్గం. నియతి వాదం ఇవన్నీ తిరస్కరించింది. కాబట్టి ఆజీవిక మతానికి శాశ్వత స్థానం లభించలేదు.

నియతి వాదం పతనం ఎందుకు క్షీణించింది? మానవ ప్రయత్నాన్ని నిరాకరించడం, మనిషి సహజ స్వభావం మార్పు కోరుకోవడం, నియతి వాదం మార్పే అసాధ్యం. ఈ భావన దీర్ఘకాలం ప్రజలను ఆకట్టుకోలేకపోయింది. నైతిక శూన్యత ఆరోపణ, ప్రజల ప్రశ్న మంచి చెడు తేడా లేకపోతే సమాజం ఎలా నడుస్తుంది? దీనికి నియతి వాదం సంతృప్తికర సమాధానం ఇవ్వలేకపోయింది.

బౌద్ధ జైన మతాల ప్రజాస్వామ్య స్వభావం, బౌద్ధం, జైనం ప్రజలకు మార్గం చూపాయి, బాధకు పరిష్కారం చూపాయి, నైతికతను బలోపేతం చేశాయి. నియతి వాదం ఏమీ చేయలేదు అందువల్ల ప్రజలు దూరమయ్యారు.

ఆజీవిక మతం చారిత్రకంగా ముగిసింది. క్రీ.శ. 3–4వ శతాబ్దాల నాటికి ఆజీవిక ఆశ్రమాలు మూసివేయబడ్డాయి, వారి గ్రంథాలు నశించిపోయాయి, ప్రత్యక్ష అనుచరులు అంతరించిపోయారు. ఆజీవిక మతంపై సమాచారము బౌద్ధ మరియు జైన గ్రంథాల ద్వారా మాత్రమే లభిస్తుంది. ఇది చరిత్రలో ఒక పెద్ద లోటుగా కనిపిస్తుంది. అయినప్పటికీ, ఆజీవిక తత్త్వాలు సమకాలీన తత్వచింతన, మానవ ఆలోచన, ధర్మ నైతిక పరిశీలనలపై తమ ముద్రను వదిలాయి. చరిత్ర ఈ మతం ఉన్నదనే అప్రతిరోధ్య సాక్ష్యాన్ని సాక్ష్యం ఇస్తుంది.

ఆధునిక శాస్త్రంలో నియతి వాద ప్రతిధ్వని, నియతి వాదం పూర్తిగా నశించలేదు. ఆధునిక భౌతిక శాస్త్రం, న్యూటన్ నియమాలు నిర్ధిష్టత, కారణ ఫల సంబంధం. ఇవి నియతి భావనను గుర్తు చేస్తాయి.

అనిశ్చితి, అవకాశాలు అంటే సంపూర్ణ నియతి లేదు, ఇక్కడ నియతి వాదం శాస్త్రీయంగా అసంపూర్ణంగా మారుతుంది. నియతి వాదం చారిత్రక ప్రాముఖ్యత, నియతి వాదం తప్పు అయినా అవసరమైన ప్రశ్నలు వేసింది. అది లేకపోతే కర్మ సిద్ధాంతం ఎప్పుడూ ప్రశ్నించబడేది కాదు. ఇది భారత తాత్విక చరిత్రలో ఒక బౌద్ధిక సవాలు.

నియతి వాదం విస్తరించింది, రాజాశ్రయం పొందింది, తీవ్రమైన తాత్విక ఘర్షణ ఎదుర్కొంది, మానవ ప్రయత్నాన్ని నిరాకరించడం వల్ల క్షీణించింది. కాని ఆలోచనగా ఇప్పటికీ జీవిస్తుంది.

నియతి వాదం మనిషిని నిస్సహాయుడిగా మార్చలేదు. ఇది మనలో శాశ్వతంగా ఒక ప్రశ్నను నాటింది 'మన స్వేచ్ఛ నిజమేనా?' ఆ ప్రశ్నే మానవ మేధస్సును క్రమంగా, లోతుగా ఆలోచనల వైపు నడిపిస్తుంది. మన నిజమైన స్వాతంత్ర్యం, ఆలోచనలోనే సంపూర్ణంగా ప్రకాశిస్తుంది.

21

ఉచ్ఛేదవాదం – అజిత కేసకాంబలినుడు

భారత తాత్విక చరిత్రలో ఉచ్ఛేదవాదం అనేది అత్యంత విప్లవాత్మకమైన, వివాదాస్పదమైన తత్వధార.

ఉచ్ఛేదం అనే పదానికి అర్థం అంతం, నాశనం, పూర్తిస్థాయి విచ్ఛిన్నం. ఉచ్ఛేదవాదం అంటే జీవి మరణంతో పాటు ఆత్మ, చైతన్యం, వ్యక్తిత్వం అన్నీ పూర్తిగా నశిస్తాయి. మరణానంతరం ఎటువంటి కొనసాగింపు లేదు. ఈ సిద్ధాంతం పునర్జన్మ, పరలోకం, శాశ్వత ఆత్మ, కర్మఫల సిద్ధాంతం వంటి భావనలను పూర్తిగా తిరస్కరిస్తుంది. ఇది కేవలం మత వ్యతిరేకత కాదు, ఇది తర్కం, ప్రత్యక్ష అనుభవం, భౌతిక వాస్తవాల ఆధారంగా రూపొందిన తాత్విక దృష్టి.

అజిత కేశకాంబలినుడు తాత్విక నేపథ్యం, ఉచ్ఛేదవాదానికి ప్రధాన ప్రతినిధిగా చరిత్రలో గుర్తించబడిన వ్యక్తి అజిత కేశకాంబలినుడు. క్రీ.పూ. 6– 5వ శతాబ్దాల మధ్య, బుద్ధుడు, మహావీరుడు జీవించిన కాలానికే సమకాలీనుడు. అతని స్వంత గ్రంథాలు లభించకపోయినా, బౌద్ధ, జైన, ఇతర ప్రాచీన తాత్విక గ్రంథాల్లో అతని భావనలు స్పష్టంగా నమోదు అయ్యాయి.

అజిత కేశకాంబలినుడి ప్రధాన సిద్ధాంతం, అజిత కేశకాంబలినుడు ప్రతిపాదించిన ఉచ్ఛేదవాదం ప్రకారం శరీరం భౌతిక మూలకాల సమ్మేళనం, మనస్సు, చైతన్యం శరీరానికి సంబంధించిన ఉపఫలితాలు, మరణం అంటే ఈ మూలకాల విడిపోవడం, విడిపోయిన తర్వాత ఆత్మ అనే ప్రత్యేకమైన సత్తా ఉండదు.

అతను ప్రశ్నించాడు శరీరం నశించిన తర్వాత దానికంటే వేరే ఏదైనా మిగిలి ఉంటుందా? దానికి ప్రత్యక్ష ఆధారం ఏమిటి? ఈ ప్రశ్నలే ఉచ్ఛేదవాదానికి మూలం.

పునర్జన్మ కర్మ పరలోకం తిరస్కరణ, ఉచ్ఛేదవాదం స్పష్టంగా చెబుతుంది పునర్జన్మ లేదు, పరలోకం లేదు, స్వర్గ నరకాలు కల్పితాలు, కర్మఫల సిద్ధాంతం భయంపై ఆధారపడిన నియంత్రణ సాధనం. అంటే మనిషి జీవితం ఒక్కటే అది ఇక్కడే, ఇప్పుడే ముగుస్తుంది. ఈ భావన అప్పటి మతసామ్రాజ్యానికి తీవ్ర సవాలు.

ఉచ్ఛేదవాదం భౌతికవాద మూలాలు, ఉచ్ఛేదవాదాన్ని ఒక రకమైన ప్రాచీన భౌతికవాదం గా చూడవచ్చు. కనిపించేది నిజం, అనుభవించేది ఆధారం, ఊహలపై జీవితం నిర్మించకూడదు. ఈ దృష్టికోణం భారత తత్వంలో అరుదైనదే అయినా, అత్యంత శక్తివంతమైనది.

బౌద్ధం, జైనం తో తాత్విక వ్యత్యాసం, బౌద్ధం ఆత్మ శాశ్వతం కాదు, కాని పునర్జన్మ, కర్మలను అంగీకరిస్తుంది. జైనం ఆత్మ శాశ్వతం, కర్మ కట్టుబడి ఉంటుంది. ఉచ్ఛేదవాదం ఆత్మ లేదు, పునర్జన్మ లేదు, కర్మకు పరలోక ఫలం లేదు. ఈ మూడు ధారల మధ్య తాత్విక సంభాషణ భారత ఆలోచనా చరిత్రను సమృద్ధిగా చేసింది.

ఉచ్ఛేదవాదం తొలి ప్రభావాలు, ఉచ్ఛేదవాదం అంధ విశ్వాసాలను ప్రశ్నించింది, భయంపై ఆధారపడిన మతవ్యవస్థలను కుదిపేసింది, జీవితం విలువను ఇక్కడ ఇప్పుడే కేంద్రీకరించింది. అయితే ఇదే దాని బలహీనతకు కూడా కారణమైంది.

ఒక మతం కాదు, ఒక ఆలోచనా విప్లవం. అది మరణాన్ని అంతిమ సత్యంగా చూసి, జీవితానికి కొత్త అర్థాన్ని వెతికింది.

సామాజిక నేపథ్యం వృద్ధికి కారణాలు, క్రీ.పూ. 6వ శతాబ్దపు భారత సమాజం కర్మకాండల భారంతో నలిగిపోయింది, యాగాలు ఖరీదైనవిగా మారాయి. బ్రాహ్మణా ధిపత్యం బలపడింది. ఈ పరిస్థితుల్లో ఉచ్ఛేదవాదం చెప్పింది ఇవి అన్నీ వ్యర్థం నిజం కళ్ల ముందే ఉంది. ఈ స్పష్టతే ప్రజలను ఆకర్షించింది.

భయ విముక్త తత్వం, ఉచ్ఛేదవాదం మనిషిని నరక భయం నుంచి, పునర్జన్మ భయం నుంచి, పాప పుణ్య భారం నుంచి విముక్తం చేయాలని ప్రయత్నించింది. అది చెప్పింది మంచి చేయడానికి స్వర్గ ఆశ అవసరం లేదు. ఇది నైతికతను భయంలేని స్థాయికి తీసుకెళ్లింది.

బౌద్ధం, జైనం చేసిన విమర్శలు, బుద్ధుడు ఉచ్ఛేదవాదాన్నిఅతివాదం గా పేర్కొన్నాడు. అతని అభిప్రాయం ఉచ్ఛేదవాదం నైతిక నిర్లక్ష్యం, శాశ్వతవాదం అంధ విశ్వాసం, అందుకే బౌద్ధం మధ్యమ మార్గంను ప్రతిపాదించింది. జైనులు ఉచ్ఛేదవాదాన్ని నైతిక క్రమశిక్షణకు ప్రమాదంగా చూశారు.

సంస్థాగత వైఫల్యం, ఉచ్ఛేదవాదానికి సంఘ వ్యవస్థ లేదు, పూజా విధానం లేదు, నియమావళి లేదు, రాజాశ్రయం లేదు. బౌద్ధం, జైనం మాత్రం సంఘాలు, నియమాలు, ఆచరణ మార్గాలు అందించాయి. అందుకే అవి కాలానికి నిలిచాయి.

పతనం కాని అంతం కాదు, ఉచ్ఛేదవాదం ఒక మతంగా నశించింది. కాని ఒక ఆలోచనగా నశించలేదు, కాని భావన కొనసాగుతుంది.

ఆధునిక యుగంలో ఉచ్ఛేదవాద ప్రతిధ్వని, ఆధునిక శాస్త్రం చెబుతోంది చైతన్యం మెదడు కార్యం, మెదడు ఆగితే చైతన్యం కూడా ఆగుతుంది. ఇది ఉచ్ఛేదవాదానికి దగ్గరగా ఉంది. అలాగే నాస్తికత, సెక్యులర్ హ్యూమనిజం, అస్తిత్వవాదం. ఇవన్నీ ఉచ్ఛేదవాదానికి ఆధునిక రూపాలు.

బలాలు, తర్కాత్మక దృష్టి, అంధ విశ్వాసాల తిరస్కరణ, భయ రహిత జీవన తత్వం. పరిమితులు, సామాజిక నియంత్రణ లోపం, భావోద్వేగ ఆధారం లేకపోవడం, సంస్థాగత బలహీనత. ఉచ్ఛేదవాదం చెబుతుంది జీవితం ఒక్కటే దానికే అర్థం ఇవ్వాలి. అది మతంగా నిలబడకపోయినా, మనిషి ఆలోచనా చరిత్రలో ఒక శాశ్వత ప్రశ్నగా మిగిలింది.

చరిత్రలో సిద్ధాంతాలు ఓడిపోవచ్చు కాని ఆలోచనలు ఎప్పటికీ ఓడిపోవవు. ఉచ్ఛేదవాదం మతరూపంలో నశించినట్లు కనిపించినా, తాత్వికంగా అది మిగిలి ఉంది. శాస్త్రం, నాస్తికత, మానవతావాదం ఇవన్నీ దాని సంతానమే. ఉచ్ఛేదవాదం ఒక మతం కాదు, ఇది ఆలోచనల విప్లవం. భయాన్ని ప్రశ్నించి, పరలోకాన్ని తిరస్కరించి, జీవితాన్ని కేంద్రబిందువుగా పెట్టింది. కాబట్టి ఉచ్ఛేదవాదం చరిత్రలో నిలిచింది, మానవ మేధస్సుకు, విమర్శాత్మక ఆలోచనకు దారితీస్తూ ప్రతి యుగానికి మార్గదర్శకమైంది.

22

లోకాయతం – బృహస్పతి

లోకాయతం భారత తాత్విక చరిత్రలో అత్యంత విప్లవాత్మకమైన అంశం. ఇది కేవలం ఒక తత్వం కాదు. అది మతం, కర్మ, ఆత్మ, మోక్షం అన్నింటికీ ప్రత్యక్ష సవాలు. బృహస్పతి చార్వాకుడు ఆవిర్భావం, తాత్విక పునాది.

భౌతిక వాదం అంటే భారత తత్వచరిత్రలో ఈ ప్రపంచమే సత్యం, దీనికోసం మానవులకు తెలిసినదానికంటే మించి ఏ ఆత్మ, పరలోకం, దేవుడు వంటి భావనలు కల్పనమాత్రం. ఈ సిద్ధాంతం భారతదేశంలో *లోకాయతం* లేదా *చార్వాక తత్వం* అని ప్రసిద్ధి చెందింది. దీని మూలపురుషుడు బృహస్పతి, మరియు చార్వాకుడు ఈ సిద్ధాంతాన్ని విస్తరించిన ప్రతీకాత్మక తత్త్వవేత్తగా నిలిచారు. లోకాయతం పదార్థార్థం, లోకాయతం అనే పదానికి అర్థం లోకం అంటే ప్రజలు ప్రపంచం, ఆయతం అంటే ఆధారమైనది నిలిచింది. ప్రజల జీవనానికి నేరుగా సంబంధించిన తత్వం. ఇది అరణ్యాల్లో పుట్టలేదు, యజ్ఞశాలల్లో పుట్టలేదు, బ్రాహ్మణ ఆశ్రమాల్లో కాదు, సామాన్య మనిషి జీవితం నుంచే పుట్టింది.

భౌతిక వాదం పుట్టిన చారిత్రక నేపథ్యం క్రీ.పూ. 7–6వ శతాబ్దం మేధో కలకలం, ఈ కాలం భారతదేశంలో వైదిక యజ్ఞాల ఆధిక్యం, బ్రాహ్మణ వర్గం శక్తి, పాప పుణ్యాల భయం, పరలోక ఆశలు. ఈ వ్యవస్థపై ప్రజల్లో అసంతృప్తి పెరిగింది. ప్రశ్నలు మొదలయ్యాయి యజ్ఞం నిజంగా ఫలిస్తుందా, బ్రాహ్మణుల మాటే సత్యమా, మరణానంతరం నిజంగా ఏదైనా ఉందా? ఈ ప్రశ్నల నుంచే భౌతిక వాదం పుట్టింది.

శ్రమణ ఉద్యమాల ప్రభావం, ఈ కాలంలోనే బౌద్ధం, జైనం, ఆజీవికం వంటివి పుట్టాయి. వీటన్నింటికంటే భౌతిక వాదం అత్యంత తీవ్రం. ఎందుకంటే బౌద్ధం మోక్షం ఉంది, జైనం కర్మ ఉంది, ఆజీవికం నియతి ఉంది, భౌతిక వాదం ఏదీ లేదు.

బృహస్పతి భౌతిక వాద సిద్ధాంతకర్త, భౌతిక వాదానికి మూలగ్రంథం బృహస్పతి సూత్రాలు. బృహస్పతి గురించి మనకు తెలిసింది, ప్రత్యక్ష గ్రంథాలు లేవు. ఇతర మత గ్రంథాల్లో ఉల్లేఖనాల ద్వారానే సమాచారం. ఇది కూడా భౌతిక వాదం అణచివేతకు ఒక సరైన ఉదాహరణ.

చార్వాకుడు ఒక వ్యక్తియా, ఒక ప్రతీకా? చార్వాకుడు ఒక వ్యక్తి కావచ్చు, లేదా ఒక సంప్రదాయానికి ప్రతీక కావచ్చు. చర్వ్ అనే ధాతువుకు అర్థం తిను, అనుభవించు. అందుకే చార్వాక తత్వం సూత్రం 'యావజ్జీవం సుఖం జీవేత్ ఋణం కృత్వా ఘృతం పిబేత్' బతికినంత కాలం సుఖంగా జీవించు.

ప్రత్యక్షమే ప్రమాణం, భౌతిక వాదం ప్రకారం ఇంద్రియ అనుభవమే సత్యానికి ప్రమాణం, చూడగలిగితే ఉంది, తాకగలిగితే ఉంది, కొలవగలిగితే ఉంది. అది కాక వేదాలు చెప్పాయి, ఋషులు అన్నారు అన్నవి సాక్ష్యం కాదు.

దేవుడు లేడు, భౌతిక వాదం స్పష్టంగా చెబుతుంది దేవుడి ఉనికి నిరూపణ లేదు. కాబట్టి దేవుడు లేడు. ప్రపంచం పంచభూతాల కలయిక, సహజ ప్రక్రియ సృష్టికర్త అవసరం లేదు.

ఆత్మ లేదు, భౌతిక వాదం ప్రకారం శరీరం పంచభూతాల సమ్మేళనం, చైతన్యం శరీర లక్షణం. ఉదాహరణ మద్యం, పదార్థాల కలయికలో మత్తు పుడుతుంది. అలాగే శరీర కలయికలో చైతన్యం పుడుతుంది. శరీరం నశిస్తే చైతన్యం కూడా నశిస్తుంది. పరలోకం లేదు, భౌతిక వాదం ప్రశ్నిస్తుంది ఎవరు చూసారు

పరలోకాన్ని? పరలోకం భయపెట్టడానికి సృష్టించిన భావన ప్రజలను నియంత్రించే సాధనం.

కర్మ సిద్ధాంతం అబద్ధం, భౌతిక వాదం ప్రకారం మంచి చెడు సామాజిక ఒప్పందాలు, కర్మ ఫలితం ఊహ, ఒకడు చెడు చేసినా శిక్ష పడకపోతే అతనికి పరలోక శిక్ష లేదు. నైతికతపై భౌతిక వాదం దృష్టి, భౌతిక వాదం నైతికతను పూర్తిగా తిరస్కరించలేదు. అది చెప్పింది నైతికత భయంపై ఆధారపడకూడదు. అది సామాజిక అవసరం. అంటే దేవుడి భయం కాదు, పరలోక ఆశ కాదు, సమాజ శాంతే నైతికతకు కారణం. భౌతిక వాదం ప్రజలకు ఎందుకు నచ్చింది? బ్రాహ్మణాధిపత్యానికి సవాలు, భౌతిక వాదం యజ్ఞాలను తిరస్కరించింది, వేదాధికారం ప్రశ్నించింది. ఇది సామాన్య ప్రజలకు ధైర్యమిచ్చింది.

భయరహిత జీవితం, నరక భయం లేదు, పునర్జన్మ భయం లేదు. జీవితం ఇక్కడే, ఆనందం ఇక్కడే. భౌతిక వాదం పుట్టిన సామాజిక నేపథ్యం, బృహస్పతి చార్వాకుడి పాత్ర, దేవుడు, ఆత్మ, పరలోకం తిరస్కరణ, ప్రత్యక్ష ప్రమాణం ప్రాముఖ్యత, ఇది భారత తత్వంలో అత్యంత ధైర్యమైన విప్లవం.

చార్వాక తత్వం విస్తరణ, సామాజిక ప్రభావం మరియు తాత్విక ఘర్షణలు, భౌతిక వాదం తత్వం నుంచి సామాజిక ఉద్యమంగా, భౌతిక వాదం మొదట ఒక తాత్విక ప్రశ్నగా ప్రారంభమైంది. ఈ ప్రపంచం తప్ప ఇంకేదైనా ఉందా? కాని అది క్రమంగా మత వ్యతిరేక ధోరణిగా, బ్రాహ్మణాధిపత్యానికి సవాలుగా, సామాజిక విముక్తి ఆలోచనగా మారింది. అందువల్ల భౌతిక వాదం కేవలం పండితుల మధ్య చర్చ కాదు, ప్రజల జీవితాన్ని తాకిన తత్వం.

భౌతిక వాదం వ్యాప్తి భౌతిక వాదం, భౌతిక వాదులు రాజసభల్లో వాదనలకు దిగారు, యజ్ఞాల వ్యర్థతను ప్రశ్నించారు, పండితులను ప్రత్యక్షంగా సవాల్ చేశారు. మహాభారతం, బౌద్ధ గ్రంథాల్లో చార్వాక వాదుల రాజసభ ప్రవేశాలు, తాత్విక

వాదనల వివరాలు కనిపిస్తాయి. ఇది చెబుతుంది భౌతిక వాదం అణచివేయబడినా పూర్తిగా అప్రాముఖ్యంగా లేదు.

ప్రజల మధ్య వ్యాప్తి, భౌతిక వాదం ఎందుకు ప్రజల్లో పాతుకుపోయింది? ఎందుకంటే ఇది క్లిష్టమైన యజ్ఞాలు చెప్పలేదు, వేద మంత్రాలు అవసరం అన్నది లేదు, భయాన్ని ఆయుధంగా వాడలేదు. ఇది చెప్పింది నీ కళ్లతో చూసినదే సత్యం, నీ జీవితం నీదే ఈ మాటలు రైతు, కార్మిక, వ్యాపారి వర్గాలకు దగ్గరయ్యాయి.

భౌతిక వాదం, నైతికత అపోహలు ఎదురుకక్షి వాస్తవం, భౌతిక వాదంపై ప్రధాన ఆరోపణ ఇది భోగవాదం, అశ్లీల జీవితం నేర్పుతుంది ఇది అర్ధసత్యం. 'యావజ్జీవం సుఖం జీవేత్' అసలు అర్థం ఈ వాక్యాన్ని తరచూ వక్రీకరించారు. భౌతిక వాదం చెప్పింది, జీవితాన్ని ద్వేషించవద్దు, బాధను పవిత్రం చేయవద్దు, సుఖాన్ని పాపం అనవద్దు. అది నియంత్రణ లేని భోగాన్ని కాదు జీవితాన్ని అంగీకరించడాన్ని సూచించింది.

భౌతిక వాదంలో నైతికత, భౌతిక వాదం ప్రకారం నైతికత దేవుడి ఆజ్ఞ కాదు, అది సామాజిక అవసరం. సమాజంలో హింస పెరిగితే అందరికీ నష్టం కాబట్టి నైతిక నియమాలు ఏర్పడ్డాయి. ఇది ఆధునిక సామాజిక శాస్త్రానికి దగ్గరగా ఉంటుంది.

బౌద్ధం ఎదురుకక్షి భౌతిక వాదం, బౌద్ధం భౌతిక వాదాన్ని తీవ్రంగా ఖండించింది. బుద్ధుడు చెప్పినట్లు బౌద్ధ గ్రంథాల ప్రకారం భౌతిక వాదం, బాధకు పరిష్కారం చూపదు, జీవితాన్ని లోతుగా అర్థం చేసుకోదు. బౌద్ధం దుఃఖం కారణం నివారణ మార్గం, భౌతిక వాదం దుఃఖం జీవితం భాగం. కాని ఒక సామ్యాంశం, రెండూ వేదాధికారం తిరస్కరించాయి, యజ్ఞాలను ప్రశ్నించాయి, బ్రాహ్మణాధిపత్యాన్ని సవాలు చేశాయి. అందుకే బౌద్ధం భౌతిక వాదం నుండి కొంత ప్రజాస్వామ్య ధైర్యాన్ని నేర్చుకుంది.

జైనం ఎదురుకక్షి భౌతిక వాదం, జైనం కర్మ సిద్ధాంతం అత్యంత కఠినం, అహింస పరమావధి. భౌతిక వాదం కర్మ లేదు, పాప పుణ్యం కల్పన ఈ ఘర్షణ తాత్వికంగా తీవ్రం ,సామాజికంగా కూడా తీవ్రమైంది. జైనులు భౌతిక వాదాన్ని అధర్మ వాదంగా చిత్రించారు.

వైదిక సంప్రదాయం ఎదురుకక్షి భౌతిక వాదం, వేదాలకు అత్యంత పెద్ద సవాలు భౌతిక వాదం ప్రశ్నించింది వేదాలు ఎందుకు ప్రమాణం, ఎవరు రాశారు, ఎందుకు ప్రశ్నించకూడదు? ఇది వైదిక సంప్రదాయానికి అసహనంగా మారింది.

బ్రాహ్మణ వర్గ స్పందన, చార్వాకులను అపహాస్యం చేశారు, వారిని అసభ్యులు, భోగవాదులుగా చిత్రించారు, వారి గ్రంథాలను పరిరక్షించలేదు. ఇది చారిత్రకంగా భౌతిక వాద గ్రంథాల నాశనానికి కారణమైంది.

భౌతిక వాదం మతమా? సంప్రదాయ అర్థంలో దేవుడు లేదు, పూజ లేదు, మోక్షం లేదు. కాబట్టి ఇది మతం కాదు. కాని ఒక జీవన దృక్పథం, ఒక తాత్విక ఉద్యమం. అందువల్ల ఇది ప్రతిమతం.

భౌతిక వాదం రాజకీయ ప్రభావం, భౌతిక వాదం రాజ్యాన్ని తిరుగుబాటుకు పిలవలేదు, కాని అధికారానికి తాత్విక భయం కలిగించింది. ఎందుకంటే భయం లేని ప్రజలు సులభంగా నియంత్రించబడరు. అందువల్ల ప్రత్యక్ష నిషేధం కాక, మౌన నిర్లక్ష్యం జరిగింది.

భౌతికవాదం ఎలా ప్రజల్లో వ్యాపించింది, బౌద్ధ జైన వైదిక సంప్రదాయాలతో ఘర్షణ, నైతికతపై అపోహలు, రాజకీయ సామాజిక ప్రభావం, భౌతిక వాదం భారత మేధో చరిత్రలో అత్యంత ధైర్యమైన ప్రతిపక్ష స్వరం.

భారత తాత్విక చరిత్రలో దేవుడు లేడని, ఆత్మ లేదని, పరలోకం అబద్ధమని సాహసంగా ప్రకటించిన భౌతిక వాదం అయితే, ఎందుకు నిలవలేకపోయింది, ఎందుకు గ్రంథాలు లేవు, ఎందుకు చార్వాకులు నేడు ఎక్కువగా కనిపించరు, భౌతిక

వాదం పతనం సహజమా లేక నిర్మితమా? భౌతిక వాదం పతనం, సహజ చరిత్ర ఫలితం కాదు, అది ఒక మౌన నిర్మూలన ఇది ఖడ్గంతో కాదు, గ్రంథాలతో, అపహాస్యంతో చరిత్ర రచనతో జరిగింది.

ప్రధాన పతన కారణం గ్రంథాల నాశనం, భౌతిక వాద గ్రంథాల పరిస్థితి, ఈ రోజు మనకు వేదాలు ఉన్నాయి, ఉపనిషత్తులు ఉన్నాయి, బౌద్ధ త్రిపిటకాలు ఉన్నాయి, జైన ఆగమాలు ఉన్నాయి. కాని బృహస్పతి సూత్రాలు లేవు, చార్వాక గ్రంథాలు లేవు. ఇది యాదృచ్ఛికమా లేదా వ్యవస్థాగతమా? వాదాన్ని ఖండించాలి అన్నప్పుడు ఏం చేశారు? భారత సంప్రదాయంలో ఒక వాదాన్ని ఓడించాలంటే, ముందుగా దాని గ్రంథాన్ని రక్షించాలి. కాని భౌతిక వాదానికి ఆ అవకాశం ఇవ్వలేదు. దాని భావాలు ఇతర గ్రంథాల్లో ప్రత్యర్థుల మాటల ద్వారా వ్యంగ్యంగా, తక్కువచేసి మనకు చేరాయి. ఇది చరిత్రలో ఒక అసమాన పోటీ.

భౌతిక వాదం అధర్మం గా ముద్రవేయడం, నైతిక అపవాద ప్రచారం, భౌతిక వాదాన్ని ఇలా చిత్రించారు భోగవాదం, అసభ్యత, నీతి లేని జీవితం. కాని ఇది తాత్విక విమర్శ కాదు, వ్యక్తిత్వ హత్య. సామాన్య ప్రజల దృష్టిలో ఇది చెడ్డవాళ్ల తత్వం అనే భావన నాటబడింది.

ఎందుకు ఈ అపవాదం భౌతిక వాద భయాన్ని తొలగించింది, భయం లేని మనిషి ప్రశ్నిస్తాడు, ప్రశ్నించే మనిషి అధికారానికి ప్రమాదం. కాబట్టి భౌతిక వాదం నైతికంగా అపవాదం చేయబడింది.

మతంగా నిలవలేక పోవడానికి మరో కారణం, భౌతిక వాదం దేవాలయాలు నిర్మించలేదు, పూజా విధానాలు లేవు, సంస్థాగత మత నిర్మాణం లేదు. అది చెప్పింది, సత్యానికి సంస్థ అవసరం లేదు. కాని చరిత్ర సంస్థ లేని సిద్ధాంతాలు ఎక్కువకాలం నిలవవని చెబుతోంది.

ప్రజల మనస్తత్వం, భయం, ఆశ ఇవన్నీ మానవ జీవితాన్ని ఆకలితో నింపిన అంశాలు. భౌతిక వాదం (లోకాయతం) నిజాన్ని అంగీకరించి చెప్పింది. మరణమే చివరి సత్యం, అంతిమ పరిమితి. మనిషి ఆశతో, కొనసాగింపుతో, జీవితానికి లోతైన అర్థం కోరుతూ ఎదుగుతున్నాడు. బౌద్ధం దుఃఖానికి మార్గం చూపింది, జైన శుద్ధి సాధన చూపింది, వేదాంతం మోక్ష ఆశను ప్రసాదించింది. భౌతిక వాదం నిజం చూపింది, కాని ఆశ ఇవ్వలేదు. అదే కారణంగా అది ఒకకాలంలో తన ప్రభావాన్ని నిలిపుకోలేక పోయింది. కాని పూర్తిగా కనుమరుగై పోలేదు. భౌతిక వాదం మతం రూపంలో నశించిందని చెప్పవచ్చు, కాని ఆలోచన, ప్రశ్నించే శక్తి, సమాజాన్ని సవాలు చేసే ధైర్యం ఇవన్నీ ఇంకా సజీవంగానే వున్నాయి. ఇది మానవ చైతన్యానికి శాశ్వత ముద్రలా ఉంది, మనలోని ఆత్మచైతన్యాన్ని ఎప్పటికీ మేల్కొల్పుతూనే వుంటుంది.

ఆధునిక శాస్త్రం మరియు భౌతిక వాదం, శాస్త్రం చెప్పేది ప్రపంచం పదార్థం ఆధారితం, చైతన్యం మెదడు ప్రక్రియ, ప్రకృతి నియమాలే సృష్టి. ఇవి చార్వాక తత్వానికి చాలా దగ్గరగా ఉన్నాయి.

ప్రత్యక్ష ప్రమాణం, శాస్త్రీయ విధానం ఇవే భౌతిక వాదం (లోకాయత) యొక్క ప్రాథమిక సూత్రాలు. పరిశీలన, ప్రయోగం, నిర్ధారణ ఇవే లోకాయత తత్త్వానికి ఆధునిక రూపం. కాని భౌతిక వాదానికి పరిమితులు ఉన్నాయి. ఆధునిక శాస్త్రం భావోద్వేగాలను అంగీకరిస్తుంది, నైతికతను సామాజిక పరిణామాలుగా చూస్తుంది, అనిశ్చితిని అంగీకరిస్తుంది. చార్వాక తత్త్వం లోతైన మానసిక, ఆధ్యాత్మిక అంశాలను తక్కువగా పట్టించుకుంది. అందువల్ల ఆధునిక శాస్త్రం పూర్తిగా భౌతిక వాదం కాదు, దాని సారాన్ని, వారసత్వాన్ని కొనసాగిస్తోంది.

ఆధునిక సమాజంలో చార్వాక భావన, నేడు నాస్తిక వాదం, హ్యూమనిజం, రేషనలిజం ఇవన్నీ చార్వాక తత్వానికి ఆధునిక రూపాలు. వాటిలో దేవుడు కేంద్రం కాదు, మనిషే కేంద్రం. జీవితం ఇక్కడే ముఖ్యం.

భౌతిక వాదం భారత మేధో చరిత్రలో స్థానం, భౌతిక వాదం లేకపోతే వేదాలు ఎప్పుడూ ప్రశ్నించబడేవి కావు, కర్మ సిద్ధాంతం అఖండంగా ఉండేది, మత విమర్శ అసాధ్యం అయ్యేది. అందువల్ల భౌతిక వాదం ఓడిపోయినా అది అవసరమైన ఓటమి. భౌతిక వాదం ఆవిర్భావం, బృహస్పతి చార్వాకుడు, దేవుడు, ఆత్మ, పరలోకం తిరస్కరణ, వ్యాప్తి, సామాజిక ప్రభావం, బౌద్ధ జైన వైదిక ఘర్షణలు, పతనం, మౌన నిర్మూలన, ఆధునిక శాస్త్రంలో ప్రతిధ్వని.

చార్వాకుడు తప్పు కాదు, కాలానికి ముందున్నాడు. మతం వినలేని మాటను శాస్త్రం తర్వాత చెప్పింది. భౌతిక వాదం ఓడిపోయిన మతం కాదు, అది భయంలేని, స్వతంత్ర ఆలోచనకు ప్రతీక. ఇది మనిషి ప్రశ్నించడం, ఆలోచించడం, నిజాన్ని ఎదుర్కోవడం అవసరాన్ని గుర్తిస్తుంది. అది మన మానసిక స్వాతంత్ర్యానికి ప్రేరణ, ఆత్మచైతన్యానికి దారి. భౌతిక వాదం మనలోని విశ్వాసాన్ని, విచారాన్ని, నిజాన్ని ఎల్లప్పుడూ ప్రేరేపిస్తుంది.

23

అక్రియా వాదం – పురాణ కశ్యపుడు

అక్రియా వాదం పురాణ కశ్యపుడు, భారతీయ తాత్విక చరిత్రలో అత్యంత లోతైనది, అరుదైనది, తప్పుగా అర్థం చేసుకున్నది. అక్రియా అనే పదానికి అర్థం క్రియ లేనిది, చర్యకు అతీతమైనది, కర్మ ఫల సిద్ధాంతాన్ని తిరస్కరించేది. అక్రియా వాదం యొక్క మూల సూత్రం మనిషి చేసే కార్యం వల్ల పుణ్యం పాపం అనే నైతిక ఫలితాలు రావు. ఇది కర్మ సిద్ధాంతానికి ప్రత్యక్ష విరోధం, పూజ, యజ్ఞ, తపస్సులకు నిరాకరణ, దైవ న్యాయ భావనకు సవాలు. అందుకే అక్రియా వాదం ప్రాచీన భారతీయ తత్వాలలో అత్యంత విప్లవాత్మకమైనది.

పురాణ కశ్యపుడు అక్రియా వాదానికి మూలపురుషుడిగా బౌద్ధ, జైన గ్రంథాలలో పేర్కొనబడినవాడు. కాలం క్రీ.పూ. 6వ శతాబ్దం, బుద్ధుడు, మహావీరుడు సమకాలీనుడు. స్థానం, మగధ ప్రాంతం, గంగానది పరివాహక ప్రాంతం. సమకాలీన తాత్వికులు, అజిత కేశకంబళి ఉచ్చేద వాదం, మఖలి గోసాల నియతి వాదం, సంజయ బెలట్టిపుత్త అజ్ఞేయవాదం, మహావీరుడు జైనం, గౌతమ బుద్ధుడు బౌద్ధం. వీరందరినీ బౌద్ధ గ్రంథాలు షడ్ దర్శన విప్లవకులు గా వర్ణిస్తాయి.

అక్రియా వాదం పుట్టుకకు నేపథ్యం, యజ్ఞ కేంద్రిత వేద సమాజానికి వ్యతిరేకత, వేదకాలానంతరం యజ్ఞాలు, బ్రాహ్మణ ఆధిపత్యం, పుణ్యం, పాపం వ్యాపారం, బలంగా ఉన్నాయి. పురాణ కశ్యపుడు ప్రశ్నించాడు ఒక యజ్ఞం చేయడం వల్ల మనిషి ఎలా నీతిమంతుడవుతాడు? హింసాత్మక యజ్ఞాలపై నిరసన, వేద యజ్ఞాలలో జంతు బలి, అగ్ని హోమాలు. ఇవి చూసి అక్రియా వాదం చెప్పింది,

చంపినా చంపకపోయినా పుణ్యం, పాపం లేదు. ఇది హింసను సమర్థించడానికా? నైతిక వ్యాపారాన్ని కూల్చడానికా?

అక్రియా వాదం యొక్క ప్రధాన సిద్ధాంతాలు, కర్మ సిద్ధాంత నిరాకరణ చేసిన కార్యానికి ఫలం లేదు అంటే దానం పుణ్యం కాదు, హింస పాపం కాదు, తపస్సు మోక్షానికి దారి కాదు. ఇది వేద ఉపనిషత్తుల ప్రధాన సిద్ధాంతానికి ప్రత్యక్ష విరోధం.

ఆత్మ పునర్జన్మ సిద్ధాంతాల తిరస్కరణ, అక్రియా వాదం ప్రకారం ఆత్మ శాశ్వతం కాదు, పునర్జన్మ అనే భావన అనవసరం. ఇది ఉచ్ఛేద వాదంతో కొంత సారూప్యత కలిగి ఉన్నా నైతిక నిరాకరణలో ప్రత్యేకమైనది. మతాచారాల అర్థహీనత పూజ, యజ్ఞం, వ్రతం. ఇవన్నీ మనిషిని భ్రమలో ఉంచే చర్యలు అక్రియా వాదం ఎందుకు ప్రజలను ఆకర్షించింది? సామాన్య ప్రజల విముక్తి భావన కర్మ సిద్ధాంతం అంటే పేదరికం గత జన్మ పాపం, రోగం దైవ శిక్ష. అక్రియా వాదం చెప్పింది నీ బాధకు నీవు నైతికంగా దోషి కాదు. ఇది దమనానికి గురైన వర్గాలకు ఊరటనిచ్చింది. పూజారి ఆధిపత్యానికి నిరోధకంగా మారింది, పూజారి లేకుండా మోక్షం లేదు, పుణ్యం లేదు అనే భావనకు అక్రియా వాదం గొడ్డలి పెట్టింది.

తర్కానికి ప్రాధాన్యం అక్రియా వాదం విశ్వాసం కాదు, తర్కాన్ని ఆయుధంగా చేసుకుంది. ఇతర దర్శనాలతో ఘర్షణ, బౌద్ధంతో ఘర్షణ, బుద్ధుడు అన్నాడు కార్యానికి ఫలం ఉంది. అందుకే నైతిక జీవితం అవసరం. అక్రియా వాదం అన్నది ఫలం లేదు, నైతిక బంధనాలే భ్రమ. బౌద్ధ గ్రంథాలలో పురాణ కశ్యపుడు తీవ్ర విమర్శకు గురయ్యాడు.

జైనంతో ఘర్షణ, జైనం అతికఠిన కర్మ సిద్ధాంతం, అక్రియా వాదం సంపూర్ణ నిరాకరణ. ఇవి పరస్పర విరుద్ధ ధృవాలు.

అక్రియా వాదం పరిమితులు, కర్మ ఫలం లేకపోతే సామాజిక నైతికత ఎలా నిలబడుతుంది? అక్రియా వాదం దీనికి స్పష్టమైన సామాజిక నమూనా ఇవ్వలేదు, ఇది

తర్వాతి పతనానికి బీజం. అక్రియా వాదం ఒక తాత్విక తిరుగుబాటు, పురాణ కశ్యపుడు దాని ప్రణేత, కర్మ పుణ్యం పాపం వ్యవస్థపై సవాలు, పూజారి ఆధిపత్యానికి ముగింపు ప్రయత్నం. కాని సామాజిక నైతిక ప్రత్యామ్నాయం బలహీనంగా ఉంది.

తాత్విక పరిమితులు, అక్రియావాదం యొక్క ప్రధాన బలహీనత మానవ కర్తవ్యాన్ని పూర్తిగా నిరాకరించడం. ఈ వాదం ప్రకారం మనిషి చేసే పని ఏదీ నిజమైన కారణం కాదు, పాపం పుణ్యం లేవు, శ్రమ, సాధన, నైతికత అన్నీ వ్యర్థం. ఈ భావన మొదట వినడానికి విముక్తిలా అనిపించినా, సామాజికంగా అది నిర్లక్ష్యం, అలసత్వం, బాధ్యతాహీనత కు దారి తీసింది. నాకు చేసిన పనికి ఫలితం లేదు అనే ఆలోచన నేను చేయకపోయినా ఫలితం జరుగుతుందే అనే నిరాశ. ఇవి మానవ ప్రగతికి వ్యతిరేకంగా మారాయి.

సమాజ నిర్మాణానికి అనర్హత, ఏ సమాజమైనా నిలబడాలంటే నియమాలు, బాధ్యత, నైతికత, పరస్పర విశ్వాసం అవసరం. కాని అక్రియావాదం ధర్మాన్ని తిరస్కరించింది, కర్తవ్యాన్ని నిరాకరించింది, శిక్ష ప్రశంస వ్యవస్థను కొట్టివేసింది. దీంతో రాజ్యవ్యవస్థకు పనికిరాలేదు, కుటుంబ వ్యవస్థకు ఆధారం కాలేదు, విద్యా వ్యవస్థకు ప్రేరణ ఇవ్వలేదు. ఫలితంగా ఇది వ్యక్తిగత తాత్విక వాదంగా మాత్రమే మిగిలింది, సామాజిక ఉద్యమంగా నిలబడలేకపోయింది.

అక్రియావాదం పతనానికి ప్రధాన కారణం బౌద్ధం, జైనం వంటి సమతుల్య తత్వాల ఉద్భవం. బుద్ధుడు కర్మను అంగీకరించాడు, కాని ఆత్మ శాశ్వతత్వాన్ని తిరస్కరించాడు, మధ్యమార్గాన్ని ప్రతిపాదించాడు. మహావీరుడు కర్మను అంగీకరించాడు, తపస్సు, అహింసకు విలువ ఇచ్చాడు. ఇవి ప్రజలకు బాధ్యతను, ఆశను, మార్గాన్ని ఇచ్చాయి. అక్రియావాదం మాత్రం ఏమీ చేయవద్దు అన్న నిశ్చేష్ట సిద్ధాంతంగా మిగిలిపోయింది.

చరిత్రలో అన్ని తత్వాలు నిలబడవు. సమాజానికి ఉపయోగపడేవే

మిగులుతాయి. అక్రియావాదం ప్రశ్నలు వేసింది, మూఢనమ్మకాలను కుదిపేసింది, కాని ప్రత్యామ్నాయ నిర్మాణం ఇవ్వలేదు. అందుకే ఇది చరిత్రలో ఒక దశగా మాత్రమే నిలిచింది, కొనసాగలేకపోయింది.

బౌద్ధ తత్వంపై ప్రభావం, బుద్ధుడు తన బోధనల్లో మూడు అతి వాదాలను తిరస్కరించాడు. శ్వతాత్మవాదం, ఉచ్చేదవాదం, అక్రియావాదం. అక్రియావాదం వల్ల కలిగే ప్రమాదాన్ని గుర్తించి, బుద్ధుడు స్పష్టంగా చెప్పాడు, కర్మ లేనిదని నమ్మితే, శీలం, సాధన, విముక్తి అన్నీ వ్యర్థమవుతాయి. అందుకే బౌద్ధం కర్మను అంగీకరించింది. కాని దైవాధీనతను తిరస్కరించింది. అక్రియావాదం బౌద్ధ తత్వానికి ప్రతివాద రూపంలో స్పష్టతనిచ్చింది.

జైన ధర్మంపై ప్రభావం, జైనులు అత్యంత కఠినమైన కర్మ సిద్ధాంతాన్ని ప్రతిపాదించారు, అది అక్రియావాదానికి పూర్తి విరుద్ధం. అక్రియావాదం వల్లే కర్మ అసత్యం అన్న వాదం వచ్చిందని తెలుసుకున్న జైనులు, ప్రతి చర్య సూక్ష్మ కర్మను బంధిస్తుంది అని గట్టిగా ప్రకటించారు. అక్రియావాదం జైన తత్వాన్ని మరింత కఠినంగా మార్చింది.

హిందూ తత్వంలో ప్రతిబింబం, ఉపనిషత్తుల్లో అకర్మ, నిష్కామ కర్మ, అన్న భావనలు కనిపిస్తాయి. కాని అవి అక్రియావాదం కావు. గీత చెబుతుంది కర్మ చేయకుండా ఎవరూ ఉండలేరు. అంటే చర్య తప్పనిసరి, ఫల ఆశక్తి విడిచిపెట్టాలి. అక్రియావాదం వల్లే హిందూ తత్వం కర్మ అకర్మ మధ్య సూక్ష్మ భేదాన్ని స్పష్టంగా నిర్వచించింది.

ఆధునిక తత్వశాస్త్రంపై ప్రభావం, ఆధునిక కాలంలో నియతివాదం, భాగ్యవాదం, స్వేచ్ఛా సంకల్పం అనేవి మానవ చర్యలు, వాటి కారణాల గురించి చర్చించే తాత్విక భావనలు. ఈ అంశాల్లో అక్రియావాదం ప్రతిధ్వనిస్తుంది. కాని ఆధునిక శాస్త్రం చెబుతుంది ప్రకృతి నియమాలు ఉన్నా, మానవ నిర్ణయాలకు స్థానం

ఉంది. అక్రియావాదం ప్రశ్నను లేపింది, కాని సమాధానం ఇవ్వలేదు.

చారిత్రక ప్రాముఖ్యత, మత చరిత్రలో కీలక మలుపు, అక్రియావాదం దేవుడు కర్మ పుణ్యం అన్న భావనలను ప్రశ్నించింది, భయంపై ఆధారపడిన మత వ్యవస్థలను కుదిపేసింది. ఇది లేకపోతే బౌద్ధం అంత స్పష్టంగా ఎదగకపోయేది, జైనం అంత కఠినంగా మారకపోయేది, గీతలో కర్మ సిద్ధాంతం అంత లోతుగా రాలేదు. ఇది నిరాకరణ ద్వారా అభివృద్ధికి దారి వేసిన వాదం.

మానవ స్వేచ్ఛపై చర్చకు నాంది మనిషి చేయడమా? విధి జరగడమా? ఈ ప్రశ్నకు అక్రియావాదం మౌలిక వేదిక వేసింది. ఈ ప్రశ్నే తత్వశాస్త్రాన్ని లోతుగా చేసింది, మతాన్ని ఆత్మపరిశీలనకు నెట్టింది.

అక్రియావాదం నేటి కాలంలో కూడా అంతా విధే, ఏం చేసినా ఉపయోగం లేదు, అన్న భావనలు కనిపిస్తాయి. ఇవి ఆధునిక అక్రియావాద రూపాలే. చరిత్ర మనకు చెబుతున్న పాఠం, బాధ్యతను పూర్తిగా వదిలేసే తత్వం సమాజాన్ని నిలబెట్టదు.

అక్రియావాదం నుంచి నేర్చుకోవాల్సింది, అక్రియావాదం మతం కాదు, అది ఒక బుద్ధిజనిత తిరుగుబాటు. ఇది చెబుతుంది అంధ విశ్వాసాన్ని ప్రశ్నించాలి, కాని బాధ్యతను వదిలేయకూడదు. మానవ జీవితం విధి మాత్రమే కాదు, కర్మ మాత్రమే కాదు, రెండింటి మధ్య ఉన్న సున్నితమైన సమతుల్యత. అక్రియావాదం ఆ సమతుల్యతను విరిచింది, కాబట్టి చరిత్రలో ఒక హెచ్చరికగా, ఒక మేధో సంకేతంగా నిలిచింది.

మానవుడు ఆలోచించడం మానేసిన రోజే మతం ప్రమాదంగా మారుతుంది. మానవుడు బాధ్యత వదిలేసిన రోజే తత్వం నిరర్థకమవుతుంది.

24

అకృతవాదం – పకుద కాత్యాయన

భారత తాత్విక చరిత్రలో షడ్దర్శనాలకు బయట ఉన్న శ్రమణ సంప్రదాయాలు అత్యంత కీలకమైనవి.

అందులో ఒక ప్రధానమైన, కాని తరచూ నిర్లక్ష్యం చేయబడిన తత్వం అకృతవాదం.

అకృతం అంటే చేయబడని, సృష్టించబడని, మార్పుకు లోబడని. అకృతవాదం ప్రకారం ఈ జగత్తులోని మూలభూతాలు ఎప్పుడూ సృష్టించబడలేదు, ఎప్పుడూ నాశనం కావు. వాటి మధ్య కలయిక విచ్ఛేదాల వల్ల మాత్రమే మనకు జననం మరణం అనే భ్రమ కలుగుతుంది. ఈ వాదానికి ప్రధాన ప్రతిపాదకుడు పకుద కత్యాయన.

పకుద కత్యాయనుడు క్రీస్తుపూర్వం 6వ శతాబ్దానికి చెందిన శ్రమణ తాత్వికుడు. అతడు బుద్ధుని సమకాలీనుడు. బౌద్ధ గ్రంథాలైన దీఘ నికాయ, సామణ్ణఫల సుత్తం వంటి గ్రంథాల్లో పకుద కత్యాయనుని తత్వం స్పష్టంగా నమోదు చేయబడింది. అతడు వేద సంప్రదాయానికి బయట నిలబడ్డాడు, యజ్ఞాలు, దేవతలు, కర్మ సిద్ధాంతాన్ని తిరస్కరించాడు, నాస్తికత్వం కంటే భిన్నమైన భౌతిక తాత్విక శాశ్వతత్వాన్ని ప్రతిపాదించాడు.

అకృతవాదం యొక్క మూల సిద్ధాంతం, పకుద కత్యాయనుని అకృతవాదం యొక్క కేంద్ర భావన ఏ వస్తువూ ఎవరివల్ల చేయబడలేదు. ఏ వస్తువూ మరొక వస్తువుగా మారదు. ప్రపంచం ఏడు శాశ్వత మూలభూతాల సమాహారం మాత్రమే. ఏడు శాశ్వత మూలభూతాల సిద్ధాంతం, పకుద కత్యాయనుడు ప్రకారం ప్రపంచం

ఈ ఏడు శాశ్వత తత్వాల సమ్మేళనం భూమి, నీరు, అగ్ని, వాయువు, సుఖం, దుఃఖం, జీవం. వీటి లక్షణాలు ఇవి అకృతాలు చేయబడనివి, ఎవరూ వీటిని సృష్టించలేదు, ఎవరూ వీటిని నాశనం చేయలేరు, ఇవి పరస్పరం కలవవు, విడవవు. మనిషి చంపినా భూమి భూమిగానే ఉంటుంది, జీవం జీవంగానే ఉంటుంది. కాబట్టి హింసలో పాపం లేదు, కరుణలో పుణ్యం లేదు ఎందుకంటే ఏ మార్పూ జరగడం లేదు.

కర్మ సిద్ధాంతానికి పూర్తి నిరాకరణ, అకృతవాదం అత్యంత విప్లవాత్మకమైన అంశం కర్మ సిద్ధాంతం పూర్తిగా అసత్యం. పకుద కత్యాయనుడు ఇలా అంటాడు చేసిన పని వల్ల ఫలితం లేదు, పాపం పుణ్యం అనేవి మానవ కల్పనలు, శిక్ష ప్రతిఫలం అన్నది అజ్ఞానానికి ఫలితం. ఇది బౌద్ధ కర్మ సిద్ధాంతానికి, జైన కర్మ సిద్ధాంతానికి, వేద కర్మకాండకు పూర్తి విరుద్ధం.

ఆత్మ జీవం గురించి అకృతవాదం, అకృతవాదంలో జీవం ఒక ప్రత్యేక శాశ్వత తత్వం, అది శరీరంతో సంబంధం ఉన్నట్లు కనిపించినా, నిజానికి దానితో కలిసిపోదు. అంటే శరీరం నశించినా, జీవ తత్వం నశించదు. కాని అది పునర్జన్మ పొందదు, మోక్షం అనే గమ్యం లేదు. ఇది ఉపనిషత్తుల ఆత్మవాదం కాదు, ఇది జైన జీవాత్మ సిద్ధాంతం కూడా కాదు. ఇది ఒక నిష్క్రియ శాశ్వతతత్వం.

అకృతవాదం ఎదుగుదలకు చారిత్రక నేపథ్యం, వేద కర్మకాండపై విసుగు. క్రీస్తుపూర్వం 6వ శతాబ్దంలో యజ్ఞాలు ఖరీదైనవిగా మారాయి. బ్రాహ్మణాధిపత్యం పెరిగింది, సామాన్యులకు మోక్ష మార్గం దూరమైంది. అందుకే శ్రమణ ఉద్యమాలు పుట్టాయి.

అకృతవాదం యజ్ఞం చేయకపోయినా ఏమీ మారదు అన్నది, ప్రజలకు ఒక విముక్తి భావన ఇచ్చింది. హింసాత్మక సమాజంపై ప్రతిస్పందన, అప్పటి సమాజంలో యుద్ధాలు, శిక్షలు, జంతుబలులు సాధారణం. పకుద కత్యాయనుడు చంపినా ఎవరూ చనిపోరు, ఎందుకంటే మూలభూతాలు మారవు అన్న భావనను

ప్రవేశపెట్టాడు. ఇది హింసను సమర్థించినట్లు కనిపించినా, అసలులో అది నైతిక భయాన్ని తొలగించే తత్వం. అకృతవాదం తాత్విక ప్రత్యేకత ఇది నాస్తికం కాదు, భౌతికవాదం కాదు, కర్మవాదం కాదు, శాశ్వత భౌతిక తత్వాల సమాహార సిద్ధాంతం. తదుపరి అణు సిద్ధాంతాలకు నిర్ణయాత్మకత భావనలకు, పదార్థ వాస్తవికతకు బీజం వేసింది.

బుద్ధుడు పకుద కత్యాయనుని వాదాన్ని స్పష్టంగా ప్రస్తావించి దాన్ని ఒక తప్పు దృష్టిగా గుర్తించాడు. బుద్ధుని విమర్శ బాధ్యత లేకపోతే విముక్తి లేదు, కర్మ లేకపోతే శీలం వ్యర్థం. అయినా బుద్ధుని తత్వం అంత స్పష్టంగా తయారవడానికి అకృతవాదం ఒక కారణంగా మారింది.

అకృతవాదం అంటే ఏమిటి, పకుద కత్యాయనుని తత్వ మూలాలు, ఏడు శాశ్వత తత్వాల సిద్ధాంతం, కర్మ పాప పుణ్యాల నిరాకరణ, అప్పటి సమాజంలో దీని ఎదుగుదల, ఇది ఒక తాత్విక విప్లవం భారత తాత్విక చరిత్రలో కొన్ని సిద్ధాంతాలు ఆలోచనాపరంగా గొప్పవైనా సామాజికంగా నిలబడలేక పోయాయి. అకృతవాదం కూడా అలాంటి తత్వమే. దీని పతనానికి ప్రధానంగా నాలుగు కారణాలు ఉన్నాయి.

నైతిక శూన్యత, అకృతవాదం ప్రకారం పాపం లేదు, పుణ్యం లేదు, మంచి చెడులు భ్రమలు. ఈ సిద్ధాంతం తాత్వికంగా శక్తివంతమైనదే అయినా, సామాజిక జీవనానికి అత్యంత ప్రమాదకరం. నేరం చేసినవాడికి బాధ్యత లేదు, హింస చేసినవాడికి అపరాధభావం లేదు, కరుణకు విలువ లేదు. సామాన్య ప్రజలకు నేను ఏం చేసినా ఏమీ మారదు అనే భావన సామాజిక క్రమాన్ని కూల్చే ప్రమాదం. అందుకే ప్రజలు బౌద్ధ కరుణను, జైన అహింసను ఎక్కువగా స్వీకరించారు.

మోక్ష మార్గం లేకపోవడం, భారత తత్వంలో ఒక ముఖ్యమైన ప్రశ్న మనిషి బాధ నుంచి ఎలా విముక్తి పొందాలి? అకృతవాదం ఇక్కడ పూర్తిగా విఫలమైంది. ఎందుకంటే మోక్షం లేదు, నిర్వాణం లేదు, విముక్తి అనే లక్ష్యం లేదు. జీవితం అర్థం

లేని శాశ్వత ప్రవాహం మాత్రమే. ఇది బాధపడుతున్న మనిషికి ఆశ ఇవ్వలేదు, ఆధ్యాత్మిక ప్రయాణానికి దారి చూపలేదు. అందుకే ప్రజలు లక్ష్యమున్న తత్వాల వైపు మొగ్గారు.

బౌద్ధం, జైనం తో పోలిస్తే లోపాలు, బౌద్ధం కర్మ ఉంది, బాధకు కారణం ఉంది, బాధ నివారణకు మార్గం ఉంది. జైనం కర్మ బంధనం ఉంది, తపస్సు ద్వారా విముక్తి ఉంది, అహింస ప్రధాన ధర్మం. అకృతవాదం కారణం లేదు, పరిష్కారం లేదు, మార్పు లేదు. ఇది తాత్వికంగా కఠినం, కాని మానవీయంగా శూన్యంగా మారింది.

బుద్ధుడు అకృతవాదాన్ని అకిర్యాదృష్టి అని పిలిచాడు. ఇది 'కర్మతో సంబంధం లేని, చర్యలన్నీ నిరుపయోగం' అని భావించే తత్వం. బౌద్ధ గ్రంథాలు దీనిని ఒక తప్పుదృష్టిగా, నైతిక పతనానికి దారితీసే భావనగా వివరిస్తాయి. అయినప్పటికీ, అకృతవాదం కారణంగానే బౌద్ధ తత్త్వం తన కర్మ సిద్ధాంతంను మరింత స్పష్టంగా నిర్వచించుకుంది. అంటే అకృతవాదం ఒక ప్రతివాదంగా నిలిచి, బౌద్ధ తత్వానికి ఆత్మవిశ్లేషణ మరియు నైతిక శిక్షణలో పదును పెట్టింది.

జైనులు అకృతవాదాన్ని తీవ్రంగా వ్యతిరేకించారు. ఎందుకంటే అకృతవాదం హింసను నైతికంగా నిరర్థకం చేస్తుంది, జైన అహింసకు ఇది విరుద్ధం. అయినా జీవం శాశ్వతం అన్న భావన, జైన జీవాత్మ సిద్ధాంతానికి ఒక తాత్విక ప్రత్యర్థిగా నిలిచింది. జైన తత్వం జీవం శాశ్వతం కాని కర్మతో కప్పబడి ఉంటుందని స్పష్టంగా చెప్పింది.

హిందూ తత్వంపై ప్రభావం, వేదాంతం, సాంఖ్య, వైశేషిక తత్వాలు అకృతవాదాన్ని ప్రత్యక్షంగా అంగీకరించక పోయినా దాని ప్రభావాన్ని పరోక్షంగా గ్రహించాయి. ఉదాహరణ వైశేషికంలో అణువులు శాశ్వతం, సాంఖ్యలో పురుషుడు అకర్త. ఏదో ఒక తత్వం మారదు అనే భావన అకృతవాదం ద్వారా బలపడింది.

అకృతవాదం పతనం చారిత్రకంగా, క్రీ.పూ. 5వ శతాబ్దం తరువాత బౌద్ధం రాజాశ్రయం పొందింది, జైనం సంఘటితమైంది, అకృతవాదం మాత్రం సంస్థాగత రూపం పొందలేదు. దీని కారణాలు సంఘ నిర్మాణం లేకపోవడం, శీల నియమాలు లేకపోవడం, సాధన మార్గం లేకపోవడం. ఫలితంగా అకృతవాదం ఒక తాత్విక ఆలోచనగా మిగిలిపోయింది, జీవ మతంగా నిలబడలేకపోయింది.

అకృతవాదం కొన్ని విషయాల్లో ఆధునిక శాస్త్రాన్ని గుర్తు చేస్తుంది. పోలికలు మూలభూతాలు శాశ్వతం ద్రవ్య శక్తి నిత్యత్వ నియమం, మార్పు భ్రమ రూపాంతరం మాత్రమే, సృష్టి లేదు మహా విస్ఫోటనం జరగక ముందు ప్రశ్నలు. తేడా శాస్త్రం నైతికతను మానవ బాధ్యతగా చూస్తుంది. అకృతవాదం నైతికతనే తిరస్కరిస్తుంది.

నైతికత లేకుండా తత్వం నిలబడదు. బాధ్యత లేకుండా స్వేచ్ఛ వినాశనానికి దారి తీస్తుంది. అకృతవాదం మతానికి హెచ్చరిక, శాస్త్రానికి హెచ్చరిక, మనిషికి హెచ్చరిక. కేవలం సత్యం సరిపోదు, ఆ సత్యం మానవ జీవితానికి ఉపయోగపడాలి.

అకృతవాదం భారత ఆలోచనా స్వేచ్ఛకు నిదర్శనం, బౌద్ధ జైన తత్వాల స్పష్టతకు కారణం అన్నీ నమ్మాల్సిన అవసరం లేదు అనే ధైర్యానికి మూలం. ఇది లేకపోతే భారత తాత్విక చరిత్ర అసంపూర్ణమే.

పకుద కత్యాయనుడు తప్పు అనిపించవచ్చు, ప్రమాదకరంగా అనిపించవచ్చు. కాని అతడు అడిగిన ప్రశ్న నిజంగా మనం ఏం చేస్తున్నాం? అదే ప్రశ్న మానవ చైతన్యాన్ని ముందుకు నడిపింది. అకృతవాదం ఓడిపోయింది, కాని అది వేసిన ప్రశ్నలు ఇంకా జీవిస్తున్నాయి. అకృతవాదం నిలబడలేదు. కాని అది నిలబడాల్సిన అవసరం కూడా లేదు, ప్రశ్నించడానికి వచ్చింది. ప్రశ్న వేసి నిష్క్రమించింది. అదే దాని చారిత్రక విజయం.

25

అనిచ్చి తత్వం – సంజయ వేతి పుట్ల

భారత తాత్విక చరిత్రలో కొన్ని తత్వాలు ఎలాంటి తేలికైన సమాధానాల కోసం పుట్టినవు కాదు, అవి మనిషి ఏదీ ఖచ్చితంగా చెప్పలేమని, అనిశ్చితిలో ఆలోచించడం నేర్చుకోవాలని చెబుతూ ఉద్భవించాయి. అలాంటి అరుదైన తత్వమే అనిచ్చితత్వం. ఈ తత్వానికి ప్రధాన ప్రతినిధి సంజయ వేతి పుట్ల, బుద్ధుని సమకాలీనుడు, శ్రమణ సంప్రదాయంలో అతి విచిత్రమైన తాత్వికుడు. ఆయన ఆలోచనలు నిశ్శబ్దంలో వాక్యాలకు మించిన లోతును ఇచ్చాయి. ప్రతి సందేహం, ప్రతి ప్రశ్న ఒక తాత్విక యాత్రగా మారింది. ఈ తత్వం మనస్సును సరిగా చూసి, భయాలు, అనిశ్చితులు, అపోహలను అర్థం చేసుకోవడానికి మనకు మార్గం చూపుతుంది.

సంజయ వేతి పుట్ల క్రీస్తుపూర్వం 6వ శతాబ్దానికి చెందినవాడు. అతడు వేద సంప్రదాయానికి చెందలేదు, బౌద్ధుడు కాదు, జైనుడు కాదు, భౌతికవాది కూడా కాదు. అతడు ఏ సిద్ధాంతానికీ చెందని తాత్వికుడు. బౌద్ధ గ్రంథాలైన సామణ్ణఫల సుత్తం, బ్రహ్మజాల సుత్తం లలో సంజయుని తత్వం స్పష్టంగా నమోదైంది.

అనిచ్చి తత్వం యొక్క కేంద్ర భావన, సంజయుని ప్రాథమిక సిద్ధాంతం ఈ ప్రపంచం గురించి నేను ఇది నిజం అని చెప్పను, అది అబద్ధం అని కూడా చెప్పను, చెప్పలేనని మాత్రమే చెబుతాను. అతని ప్రసిద్ధ నాలుగు రెట్లు సమాధానం ఇది అలా కాదు, ఇది అలా కూడా కాదు, ఇది అలా కాదు అని కూడా చెప్పలేను, ఇది అలా కూడా కాదు అని కూడా చెప్పలేను. ఇదే అనిచ్చి తత్వం యొక్క హృదయం.

దేవుడు, ఆత్మ, పరలోకం లపై దృష్టి, సంజయ వేతి పుట్ల అడిగే ప్రశ్నలకు ఎప్పుడూ సమాధానం ఇవ్వలేదు. దేవుడు ఉన్నాడా, ఆత్మ శాశ్వతమా, మరణానంతరం జీవితం ఉందా? అతని సమాధానం నేను అలా చెప్పను, ఇలా చెప్పను, చెప్పలేనని మాత్రమే చెబుతాను. ఇది భయమా, మోసమా లేక అత్యంత నిజాయితీనా? ఇతని దృష్టిలో తెలియని దాన్ని తెలియదు అని చెప్పడం అత్యున్నత బుద్ధి లక్షణం.

అనిచ్ఛితత్వం ఎందుకు పుట్టింది? వేద మతంపై విసుగు, ఆ కాలంలో బ్రాహ్మణులు మేమే సత్యం తెలుసుకున్నాం అన్నారు. యజ్ఞాలు, మంత్రాలు పెరిగాయి, భయం ఆధారంగా మతం నడిచింది. సంజయ వేతి పుట్ల మీరు నిజంగా తెలుసుకున్నారని ఎవరు చెప్పారని ప్రశ్నించాడు.

పరస్పర విరుద్ధ తత్వాలు, అప్పటి కాలంలో ఒకరు ఆత్మ శాశ్వతమన్నారు, మరొకరు నాశనమన్నారు, కొందరు దేవుడున్నాడన్నారు, కొందరు లేడన్నారు. సంజయ వేతి పుట్ల గమనించాడు అందరూ నమ్ముతున్నారు, కాని ఎవరికీ రుజువు లేదు.

అనిచ్ఛి తత్వం జ్ఞానంపై దృష్టి, సంజయ వేతి పుట్ల తత్వం యొక్క మూల భావన మనిషి జ్ఞానం పరిమితమైంది. అందువల్ల పరమసత్యాన్ని ఖచ్చితంగా చెప్పలేం, దైవ విషయాల్లో స్పష్టత అసాధ్యం, మతాలు ధైర్యంగా చెబుతున్నవి ఊహలు మాత్రమే. ఇది అహంకారానికి వ్యతిరేకమైన తత్వం.

నైతికతపై సంజయ వేతి పుట్ల స్థానం, పాపం పుణ్యం గురించి స్పష్టంగా మాట్లాడలేదు, కర్మ సిద్ధాంతాన్ని అంగీకరించలేదు, కాని తిరస్కరించలేదు కూడా. అతని మౌనం ఒక తాత్విక నిరాకరణ. అతడు చెబుతున్నది నైతిక నియమాలు కూడా మనిషి నిర్మించిన వ్యవస్థలే కావచ్చు. అనిచ్ఛి తత్వం యొక్క వికాసం, సంజయ వేతి పుట్ల కు అనేక శిష్యులు ఉన్నారు. వారిలో అత్యంత ప్రసిద్ధులు సారిపుత్త, మొగ్గల్లాన.

వీరిద్దరూ తరువాత బుద్ధుని శిష్యులయ్యారు. ఇది చాలా కీలకమైన విషయం.

బౌద్ధ తత్వానికి పునాది, సారిపుత్త, మొగ్గల్లాన సంజయ వేతి పుట్ల దగ్గర ఏదీ అంధంగా నమ్మకూడదు అనే శిక్షణ పొందారు. తరువాత బుద్ధుని దగ్గర పరీక్షించి నమ్ము అనే బోధను లోతుగా గ్రహించారు. అంటే అనిచ్చి తత్వం లేకపోతే బౌద్ధ తత్వం ఈ స్థాయిలో రూపుదిద్దుకోదు. అనిచ్చి తత్వం తాత్విక ప్రత్యేకత, ఇది నాస్తికత కాదు, ఆస్తికత కాదు, భౌతికవాదం కాదు. ఇది సందేహవాదం. పాశ్చాత్య తత్వంలో పైరో, సెక్టస్ ఎంపిరికస్ లాంటివారితో పోల్చవచ్చు.

సామాజిక ప్రభావం, అనిచ్చి తత్వం ప్రజలకు ఆలోచన స్వేచ్ఛ ఇచ్చింది, మత భయాన్ని తగ్గించింది, ప్రశ్న అడగడం పాపం కాదు అన్న ధైర్యం ఇచ్చింది. కాని దీర్ఘకాలిక మార్గదర్శనం ఇవ్వలేకపోయింది. భారత తాత్విక చరిత్రలో సంజయ వేతి పుట్ల తత్వం అత్యంత సూక్ష్మమైనది, కాని అదే సమయంలో అత్యంత అస్థిరమైనది. అనిచ్చి తత్వం పతనానికి ప్రధాన కారణం మౌనం ఎక్కువ కాలం మార్గదర్శకంగా నిలబడలేకపోవడం. మనిషికి సందేహం అవసరం, దిశ కూడా అవసరం. సంజయ వేతి పుట్ల సందేహాన్ని ఇచ్చాడు, కాని దిశ ఇవ్వలేదు.

చెప్పలేను అనే సమాధాన పరిమితి, సంజయ వేతి పుట్ల తత్వం యొక్క బలం నాకు తెలియదు అని చెప్పగల ధైర్యం. అదే తత్వం యొక్క బలహీనత కూడా. ఎందుకంటే బాధలో ఉన్న మనిషి తెలియదుతో సంతృప్తి చెందలేదు, మరణ భయానికి నాకు తెలియదు సమాధానం కాదు, నైతిక సందిగ్ధతకు మౌనం పరిష్కారం కాదు. కాబట్టి ప్రజలు ప్రశ్నించారు తెలియదంటే, తర్వాత ఏమి చేయాలి? అక్కడే అనిచ్చి తత్వం ఆగిపోయింది.

నైతిక మార్గం లేకపోవడం, సంజయ వేతి పుట్ల పాపం పుణ్యం అబద్ధమని చెప్పలేదు, నిజమని కూడా చెప్పలేదు. ఈ తటస్థత తాత్వికంగా నిజాయితీగా కనిపించినా సామాజికంగా అసంపూర్ణంగా మారింది.

బౌద్ధం శీలం చూపింది, అష్టాంగిక మార్గం ఇచ్చింది. జైనం అహింసను ఆచరణగా మార్చింది. అనిచ్చి తత్వం ఆచరణ మార్గాన్ని ఇవ్వలేదు. అందుకే ఇది ఒక తాత్విక ఉద్యమంగానే మిగిలిపోయింది, జీవ మతంగా మారలేదు.

శిష్యుల విడిపోవడం పతనానికి సంకేతం, సంజయ వేతి పుట్ల పతనానికి అతి ముఖ్యమైన సంఘటన అతని ప్రధాన శిష్యులే అతన్ని విడిచిపెట్టడం. సారిపుత్త, మొగ్గల్లాన వీరిద్దరూ సంజయుని దగ్గర తర్కం, సందేహం నేర్చుకున్నారు. చివరికి వారు గ్రహించారు, సందేహం సరిపోదు, బాధ నివారణకు మార్గం కావాలి. అందుకే వారు బుద్ధుని వైపు వెళ్లారు. ఇది అనిచ్చి తత్వం పరిమితిని చాటిచెప్పే చారిత్రక మలుపు.

బౌద్ధంపై అనిచ్చి తత్వం ప్రభావం, ప్రశ్నించు అంధంగా నమ్మవద్దు. బుద్ధుని బోధలో ఏ మాటనైనా పరీక్షించు, పారంపర్యం కోసం నమ్మవద్దు అన్న భావనలు స్పష్టంగా కనిపిస్తాయి. ఇది సంజయ తత్వ ప్రభావమే.

మధ్యమ మార్గం ఆవిర్భావం, సంజయుడు అన్నింటినీ తిరస్కరించాడు. బుద్ధుడు తిరస్కరణకే పరిమితం కాక, మధ్యమ మార్గాన్ని ప్రతిపాదించాడు. అంటే అనిచ్చి తత్వం బౌద్ధానికి ఒక ప్రతికూల పునాది.

జైన తత్వంపై ప్రభావం, జైనులు అనేకాంతవాదాన్ని ప్రతిపాదించారు, అనేకాంతవాదం భావన సత్యం అనేక కోణాల్లో ఉంటుంది. ఇది సంజయ వేతి పుట్ల ఖచ్చితంగా చెప్పలేం అన్న భావనకు ఒక క్రమబద్ధమైన రూపం. అంటే సంజయుడు సందేహం చూపించాడు, జైనులు దాన్ని సిద్ధాంతంగా మార్చారు.

వేదాంతంపై పరోక్ష ప్రభావం, వేదాంతం పరమసత్యం మాటలకు అందదు, నేతి నేతి (ఇది కాదు, ఇది కాదు) అన్న భావనను ప్రతిపాదించింది. ఈ నేతి నేతి ధోరణి సంజయ వేతి పుట్ల నాలుగు రెట్లు నిరాకరణను గుర్తు చేస్తుంది. అయినా వేదాంతం చివరకు బ్రహ్మాన్ని ప్రతిపాదించింది, సంజయ వేతి పుట్ల అక్కడే ఆగిపోయాడు.

చారిత్రక ప్రాముఖ్యత, అనిచ్చితత్వం యొక్క చారిత్రక విలువ భారత తత్వంలో సందేహానికి గౌరవం ఇచ్చింది, మత అహంకారాన్ని ప్రశ్నించింది, బౌద్ధ జైన తత్వాల స్పష్టతకు దోహదపడింది, తెలియదు అనడం కూడా జ్ఞానం అనే భావనను స్థాపించింది. ఇది లేకపోతే భారత తాత్విక చరిత్ర మరింత అంధ విశ్వాసపూరితంగా ఉండేది.

శాస్త్రీయ విధానం, ఆధునిక శాస్త్రం చెబుతుంది డేటా లేకుండా నిర్ణయం లేదు. ఇది సంజయుని దృష్టికి చాలా దగ్గర. ఆధునిక సందేహవాదం, కార్ల్ పాపర్, హ్యూమ్ లాంటి తత్వవేత్తలు ఖచ్చిత సత్యాలపై సందేహం వ్యక్తం చేశారు. సంజయుడు ఇది అన్నింటికంటే ముందు చెప్పాడు.

అనిచ్చి తత్వం చెప్పేది తెలియని దానిపై అహంకారంతో నిర్ణయాలు తీసుకోవద్దు. కాని అదే సమయంలో ఇది హెచ్చరిస్తుంది సందేహం ఆగిపోతే స్తబ్ధత.

చరిత్రలో అనిచ్చి తత్వం మతంగా నిలబడలేదు, కాని అది ఓడిపోలేదు. ఎందుకంటే అది ప్రశ్నించడం నేర్పింది, అంధ విశ్వాసానికి నిరోధకం వేసింది. ఒక విప్లవాత్మక ప్రశ్నగా మిగిలిపోయింది.

సంజయ వేతి పుట్ల సమాధానాలు ఇవ్వలేదు, కాని ప్రశ్నలను శుద్ధి చేశాడు. అతడు చెప్పిన గొప్ప మాట అర్థసారం నిజంగా తెలిసినవాడు తనకు తెలియని దానిని స్వీకరించగలడు. అనిచ్చి తత్వం మనిషిని వినమ్రుణ్ణి చేస్తుంది, కాని దారిని చూపించదు. అందుకే అది ఒక ద్వారం, గమ్యం కాదు.

అనిచ్చి తత్వం కూడా నిలబడలేదు. నిలబడాల్సిన అవసరం లేదు. మనిషి అహంకారాన్ని ప్రశ్నించడానికి వచ్చింది. ప్రశ్న వేసి నిష్క్రమించింది. అనిచ్చి తత్వ చారిత్రక విజయంగా నమోదు చెయ్యవచ్చు.

26

భౌతిక వాదం ఎదురుకక్షి బౌద్ధం ఎదురుకక్షి జైనం

భారత తాత్విక విప్లవ కాలం, క్రీ.పూ. 7వ–6వ శతాబ్దాలు భారతదేశ చరిత్రలో ఒక మేధో భూకంప కాలం. ఈ కాలంలో వేదకర్మకాండపై అసంతృప్తి, యజ్ఞాలపై అనుమానం, బ్రాహ్మణాధిపత్యంపై ప్రశ్నలు, జీవితం, దుఃఖం, మరణం పై తాత్విక ఆలోచన. ఈ నేపథ్యంనుండే మూడు శక్తివంతమైన ధారలు పుట్టాయి, భౌతిక వాదం లోకాయతం చార్వాకం బౌద్ధం బుద్ధ దర్శనం జైనం మహావీర దర్శనం ఈ మూడు ఒకే ప్రశ్న అడిగాయి మనిషి ఎలా జీవించాలి? సమాధానాలు పూర్తిగా భిన్నమైనవి.

భౌతిక వాదం తిరుగుబాటు స్వరం, భౌతిక వాదం యజ్ఞాలకు ప్రత్యక్ష తిరస్కరణ, దేవుడు, ఆత్మ, పరలోకం నిరాకరణ, ప్రత్యక్ష అనుభవానికే ప్రమాణం. ఇది గ్రామీణ ప్రజల, సాధారణ మనిషి అనుభవాల నుండి పుట్టింది. బృహస్పతి చార్వాకుడు చూసింది తప్ప ఇంకేదీ నమ్మొద్దని ప్రవచించాడు.

బౌద్ధం మధ్యమార్గపు విప్లవం, బుద్ధుడు రాజకుమారుడిగా సుఖం చూశాడు, తపస్విగా కఠిన దుఃఖం చూశాడు, రెండింటినీ తిరస్కరించి చెప్పాడు అతి భోగం కాదు అతి తపస్సు కాదు మధ్యమార్గం. బౌద్ధం బాధకు కారణం మరియు పరిష్కారం చూపిన తత్వం.

జైనం అంతర్గత శుద్ధి మార్గం, మహావీరుడు తీవ్ర తపస్సు, అహింస పరమావధి, కర్మ శుద్ధి. జైనం జీవితం బాధే కాని బాధకు కారణం మన కర్మ దానిని శుద్ధి చేయాలి. సత్య ప్రమాణం ఏది నిజమైనది.

భౌతిక వాదం ప్రత్యక్షమే ప్రమాణం, చూడలేనిది అంగీకారం లేదు. దేవుడు, చూపించండి, ఆత్మ, నిరూపించండి. బౌద్ధం ప్రత్యక్ష అనుభవం, తర్కం, సాధన ద్వారా గ్రహణ బుద్ధుడు చెప్పాడు నమ్మకండి అనుభవించండి.

జైనం అనేక కోణాల సత్యం అనేకాంతవాదం, ఒకే విషయం విభిన్న కోణాల్లో సత్యం జైనం చెబుతుంది 'నీ నిజం పూర్తి నిజం కాదు' దేవుడు అంగీకారం లేదా తిరస్కరణ, భౌతిక వాదం దేవుడు ఒక కల్పన, బౌద్ధం దేవుడు అవసరం లేదు, జైనం దేవుడు కాదు, జినులు విజేతలు. ఆత్మపై దృష్టి భౌతిక వాదం ఆత్మ లేదు, శరీరమే చైతన్యానికి మూలం.

బౌద్ధం ఆత్మ లేదు అనాత్మ సిద్ధాంతం, కాని చైతన్య ప్రవాహం ఉంది. జైనం ఆత్మ ఉంది, అది శాశ్వతం, కర్మ వల్ల బంధింపబడింది. ఇక్కడే అత్యంత ఆసక్తికరమైన విభేదం. కర్మ సిద్ధాంతం మూడు దృక్పథాలు, భౌతిక వాదం లో కర్మ లేదు, భయ సాధనం. ఫలం ఒక కల్పన. పునర్జన్మ లేదు. బౌద్ధం లో కర్మ మానసిక చైతన్య చర్య, మార్పు సాధనం. ఫలం తప్పనిసరి కాదు. జైనం లో కర్మ బంధనం, పునర్జన్మ ఉంది.

దుఃఖంపై మూడు తత్వాల దృష్టి, భౌతిక వాదం దుఃఖం జీవితం భాగం, దానిని పవిత్రం చేయొద్దు. బౌద్ధం జీవితం దుఃఖమే, దానికి కారణం తృష్ణ, నివారణ సాధ్యం. జైనం జీవితం దుఃఖమే, కర్మ వల్ల కఠిన తపస్సుతో శుద్ధి. మానవ జీవన లక్ష్యం భౌతిక వాదం సుఖంగా జీవించడం. బౌద్ధం నిర్వాణం. జైనం కైవల్యం మోక్షం. భౌతిక వాదం జీవితం ఇక్కడే, బౌద్ధం బాధ రహిత స్థితి, జైనం ఆత్మ విముక్తి.

సామాజిక దృష్టి ప్రజలకు దగ్గర ఎవరు? భౌతిక వాదం భయం లేదు, ఆచార భారం లేదు, ప్రజలకు సులువు. బౌద్ధం సంఘ వ్యవస్థ, కరుణ, సమానత్వం. జైనం కఠిన నియమాలు, సాధారణులకు కష్టం, మూడు తత్వాల ఆవిర్భావం, సత్య ప్రమాణం, దేవుడు, ఆత్మ, కర్మపై దృష్టి. మానవ జీవన లక్ష్యం మూడు ఒకే ప్రశ్న

అడిగాయి. కాని మూడు మూడు మార్గాలు చూపాయి.

మానవ బాధ పై మూడు దృష్టికోణాలు, భౌతిక వాదం బాధకు భౌతిక కారణాలు, చార్వాకుల దృష్టిలో బాధ అనేది సహజం, అది మానవ జీవితంలో తప్పనిసరి. దానికి కారణాలు పేదరికం, వ్యాధులు, శారీరక లోపాలు, సామాజిక అసమానత. బాధకు పరిష్కారం భోగ జీవితం, ఇంద్రియ సుఖాల ద్వారా తాత్కాలిక ఉపశమనం, శరీర సౌఖ్యం, బాధను తొలగించాలనే ధ్యేయం లేదు, బాధను తట్టుకోవాలి అన్నది మాత్రమే ఉంది. 'జీవించు ఆనందించు మరణించు' అంతే తత్వం.

బౌద్ధం బాధే కేంద్ర బిందువు, బౌద్ధ ధర్మం మొత్తం బాధ విశ్లేషణ చుట్టూ తిరుగుతుంది. నాలుగు ఆర్యసత్యాలు జీవితం దుఃఖమయం, దుఃఖానికి కారణం తృష్ణ, దుఃఖ నివృత్తి సాధ్యం, అష్టాంగ మార్గం ద్వారా నివృత్తి. బాధ శారీరకమే కాదు, మానసికమే కాదు, అస్తిత్వాత్మక బాధ. బుద్ధుడు బాధను శాస్త్రీయంగా విశ్లేషించాడు కారణం ప్రక్రియ పరిష్కారం.

జైనం బాధకు కర్మ మూలం, జైనంలో బాధకు ప్రధాన కారణం కర్మ బంధం, ఆత్మపై అంటుకున్న కర్మ ధూళి, బాధ నివారణ తపస్సు, వ్రతాలు, అహింస, స్వీయ నియంత్రణ. బాధను తొలగించాలంటే శరీరాన్నే శిక్షించాలి అన్న కఠిన దృష్టి.

నైతికత, భౌతిక వాదం నైతికత అనవసరం, చార్వాకుల అభిప్రాయం నైతికత దేవుడి సృష్టి కాదు, సామాజిక ఒప్పందం మాత్రమే. నువ్వు బాధ పెట్టకపోతే సరిపోతుంది, నువ్వు త్యాగం చేయాల్సిన అవసరం లేదు. నైతికత ప్రయోజనాత్మకం.

బౌద్ధం కరుణ ఆధారిత నైతికత, బౌద్ధంలో నైతికతకు మూలం కరుణ, మైత్రి, అహింస. పంచశీలాలు హత్య వద్దు, దొంగతనం వద్దు, అసత్యం వద్దు, కామ దుర్వినియోగం వద్దు, మత్తు పదార్థాలు వద్దు. ఇది సామాజిక స్థిరత్వానికి అనుకూలం.

జైనం అహింస పరాకాష్ట, జైన నైతికత సూక్ష్మజీవుల హింస కూడా పాపం, ఆలోచనలోనూ హింస ఉండకూడదు. ఇది వ్యక్తిగత శుద్ధికి ఉపయుక్తం, సామూహిక జీవితానికి కఠినం.

రాజకీయ సామాజిక ప్రభావం, భౌతిక వాదం రాజ్యాంగ ప్రభావం లేదు. చార్వాకులు సంస్థాగత మతం కాదు, రాజకీయ ఆశ్రయం లేదు. అందుకే పాలకుల మద్దతు లభించలేదు, చరిత్రలో అణచివేయబడ్డారు.

బౌద్ధం సామ్రాజ్య మతంగా ఎదుగుదల, అశోకుడు బౌద్ధాన్ని రాజ్య మతంగా ప్రోత్సహించాడు, ధర్మప్రచారం చేశాడు. ఆసియా వ్యాప్తి, విద్యా కేంద్రాలు నలందా, శాంతి సిద్ధాంతం.

జైనం వ్యాపార వర్గాల్లో ప్రభావం, జైనం వ్యాపార సమాజంలో బలంగా నిలిచింది, ఆర్థిక నైతికతకు ప్రాధాన్యం. రాజకీయ శక్తి తక్కువ కాని సామాజిక గౌరవం ఎక్కువ.

పతనానికి కారణాలు, భౌతిక వాదం గ్రంథాల లేమి, సంస్థాగత నిర్మాణం లేదు, ప్రత్యర్థి మతాల విమర్శలు. బౌద్ధం హిందూ ధర్మంలో విలీనం, విదేశీ ఆక్రమణలు, మఠ వ్యవస్థ క్షీణత. జైనం కఠిన నియమాలు, జనసామాన్యానికి దూరం. ఆధునిక యుగంలో ప్రభావం, భౌతిక వాదం ఆధునిక శాస్త్రవాదం, నాస్తికత్వం, లౌకికత్వం. బౌద్ధం బుద్ధిపూర్వకత, మనస్తత్వ శాస్త్రం, ధ్యానం. జైనం అహింస సిద్ధాంతం, పర్యావరణ చైతన్యం. మతం కాదు, మానవ ఆలోచనల మూడు దారులు మతాలుగా మాత్రమే చూడకూడదు, అవి మానవ మనస్సు చేసిన ప్రయోగాలు దారి. భౌతిక వాదం, బౌద్ధం, జైనం ఇవి మూడు కలిసి మానవ చరిత్రను నిర్మించాయి.

భౌతిక వాదం మనిషిని నిజాయితీగా నిలబెట్టింది, బౌద్ధం మనసుకు మార్గం చూపింది, జైనం మనిషిని స్వీయ నియంత్రణకు నేర్పింది. మతాల పోటీగా కాకుండా మానవ వికాసపు అధ్యాయాలుగా వీటిని అర్థం చేసుకోవాల్సి వుంది.

మతం ఎదురుకక్షి శాస్త్రం మధ్య నిజంగా పోరాటమా? మతం ఒక వైపు శాస్త్రం ఒక వైపు రెండూ శత్రువుల్లా ఎదురెదురుగా నిలబడ్డాయి, కాని ఇది పూర్తి సత్యం కాదు. చరిత్ర చెబుతున్నది ఏమిటంటే మతం మరియు శాస్త్రం మధ్య పోరాటం. దేవుడు మరియు శాస్త్రం మధ్య కాదు. అధికారిక మత వ్యవస్థ మరియు తర్కం మధ్య ఈ తేడా అర్థం కాకపోతే ఈ మొత్తం అంశం తప్పుదోవ పడుతుంది.

ఆధునిక యుగం అంటే కేవలం యంత్రాలు కాదు, కేవలం సాంకేతికత కాదు. ఆలోచనా విధానంలో మార్పు, ప్రారంభ కాలం 15వ శతాబ్దం తర్వాత, యూరోప్ కేంద్రంగా మూడు ప్రధాన ఉద్యమాలు వెలిగాయి రెనైసాన్స్, రీఫార్మేషన్, మరియు ఎన్‌లైట్‌న్మెంట్. రెనైసాన్స్ మనిషి తిరిగి కేంద్రంగా రెనైసాన్స్ అంటే మళ్ళీ పుట్టడం ఇది ఏది తిరిగి పుట్టింది అనేది తర్కం, శాస్త్రీయ విచారణ, మానవ విలువ. మధ్యయుగాల్లో దేవుడు కేంద్రం, చర్చ్ అధికార కేంద్రం. రెనైసాన్స్ తర్వాత మనిషి కేంద్రం, పరిశీలన కేంద్రం.

శాస్త్రీయ పద్ధతి నమ్మకం నుంచి నిరూపణకు, ఆధునిక శాస్త్రం ఒక సూత్రంపై నిలబడింది. ఏది నిజమో అది నిరూపించబడాలి, శాస్త్రీయ పద్ధతి పరిశీలన, ప్రశ్న, ప్రయోగం, నిర్ధారణ. ఇది మత విశ్వాసాలకు భిన్నం, కాని మానవ అభివృద్ధికి మూలం.

గెలీలియో మతం ఎదురుకక్షి శాస్త్రం తొలి ఢీ, వాస్తవం గెలీలియో భూమి సూర్యుని చుట్టూ తిరుగుతోందని చెప్పాడు. ఇది పరిశీలన ఆధారంగా, టెలిస్కోప్ ఆధారంగా. కాని చర్చ్ అన్నది భూమే కేంద్రం ఎందుకంటే గ్రంథాలు అలా చెబుతున్నాయి. ఇక్కడే పోరాటం పరిశీలన ఎదురుకక్షి గ్రంథ వ్యాఖ్యానం.

గెలీలియో పరిశోధనల శాస్త్రం ఎందుకు ప్రమాదమైంది, అతడు ప్రమాదకరుడయ్యాడు. ఎందుకంటే అతను దేవుడిని తిరస్కరించలేదు, కాని చర్చ్ వ్యాఖ్యానాన్ని ప్రశ్నించాడు. ఇది మతం మీద దాడి కాదు, అధికారంపై దాడి. అందుకే

గృహ నిర్బంధం. పుస్తకాల నిషేధం.

భూమి కేంద్రం కూలిపోయిన ప్రభావం, భూమి కేంద్రం కూలిపోయింది, మనిషి ప్రత్యేకుడు కాదు, మనిషి బ్రహ్మాండ కేంద్రం కాదు. ఇది మతానికి మానసిక షాక్, ఆధ్యాత్మిక ఆధిపత్యానికి దెబ్బ. శాస్త్రం మొదటిసారి మత కథనాన్ని మార్చింది.

న్యూటన్ దేవుడు మరియు శాస్త్రం కలిసిన దశ, న్యూటన్ శాస్త్రవేత్త, కాని గాఢమైన విశ్వాసి. అతను చెప్పలేదు దేవుడు లేడని దేవుడు నియమాల ద్వారా పనిచేస్తాడని చెప్పాడు ఇది మతం శాస్త్రం మధ్య సమన్వయ దశ.

సమస్య ఎక్కడ మొదలైంది? సమస్య శాస్త్రం వల్ల కాదు. సమస్య మొదలైంది మతం ప్రకృతిపై తుది మాట చెప్పాలనుకున్నప్పుడు, సృష్టి 6 రోజుల్లో జరిగింది, భూమి వయసు కొన్ని వేల సంవత్సరాలే. శాస్త్రం అడిగింది ఆధారం ఏంటి?

భూగర్భ శాస్త్రం కాలం విస్తరించింది 18–19 వ శతాబ్దాల్లో భూమి వయసు కోట్ల సంవత్సరాలని భౌగోళిక పొరలు, శిలాజాలు, రేడియోమెట్రిక్ డేటింగ్ నిరూపించాయి. ఇది సంప్రదాయ మత కథనాలకు విరుద్ధంగా ఉంది. ఘర్షణ తప్పలేదు.

శాస్త్రం మతాన్ని ఎందుకు కుదిపింది? మతం సమాధానాలు ఇచ్చింది, శాస్త్రం ప్రశ్నలు వేసింది. శాస్త్రం అడిగింది వర్షం ఎందుకు పడుతుంది? వ్యాధి ఎందుకు వస్తుంది? మతం చెప్పింది దేవుడి కోపం, పాప ఫలితం, శాస్త్రం నిరూపించింది వాతావరణ చక్రం, సూక్ష్మజీవులు.

వ్యాధులు ప్రార్థన నుంచి వైద్యానికి, ప్లేగ్, కలరా, మలేరియా ప్రార్థనలు ఫలించలేదు, పరిశుభ్రత, ఔషధాలు ఫలించాయి. ఇది మత విశ్వాసాన్ని శాస్త్రం వైపు నెట్టింది.

27

సత్యవాదులపై హింస

మత చరిత్రలో ఒక పునరావృత విరోధాభాసం, మత చరిత్రను శ్రద్ధగా పరిశీలిస్తే, తరచూ ఎదురయ్యే ఒక గంభీరమైన విరోధాభాసం కనిపిస్తుంది. దేవుడు సత్యానికి ప్రతీకగా నిలిచినా, ఆ దేవుని పేరుతో ఏర్పడిన సంస్థలు మాత్రం సత్యాన్ని వెలికి తీసిన వ్యక్తులనే శత్రువులుగా భావించిన సందర్భాలు అనేకం. ఇది ఏ ఒక్క మతానికి చెందిన సమస్య కాదు. ఇది మతం, సంస్థ, అధికారం అనే పరిణామంలో పుట్టిన సార్వత్రిక మానవ జీవన మనుగడ సమస్య.

మతం నుంచి మతాధికారానికి మార్పు బిందువు, ప్రారంభంలో ప్రతి మతం, ఒక ఆధ్యాత్మిక అనుభవం, ఒక వ్యక్తిగత బోధ, ఒక నైతిక తిరుగుబాటు. యేసు, బుద్ధుడు, మహావీరుడు, కబీర్, ముహమ్మద్ వీరందరూ సంస్థల వ్యతిరేకులు, అధికార విమర్శకులు. కాని కాలక్రమంలో బోధ గ్రంథమైంది, గ్రంథం నిబంధనైంది, నిబంధన అధికారం అయింది. ఈ దశలోనే సత్యం ప్రమాదకరమైంది. ఎందుకంటే సత్యం ప్రశ్నిస్తుంది, అధికారం ప్రశ్నకు భయపడుతుంది.

క్రైస్తవ మతంలో సత్యవాదులపై హింస చారిత్రక దృష్టి, యేసు క్రీస్తు మతాధికారానికి మొదటి శత్రువు. చారిత్రకంగా యేసు రోమన్లకన్నా ముందుగా, యూద మతాధికారులకు ప్రమాదంగా కనిపించాడు. అతని బోధ దేవుడు దేవాలయాల్లో కాదు, మతపండితుల చేతుల్లో కాదు, మనిషి హృదయంలో ఉన్నాడని, ఇది సంస్థాగత మతానికి ప్రత్యక్ష సవాలు. అందుకే యేసు దేవుని ద్రోహిగా కాదు, మతాధికార ద్రోహిగా శిక్షించబడ్డాడు.

గెలీలియో శాస్త్రీయ సత్యానికి శిక్ష, ఇతడు చేసిన నేరం దేవుణ్ణి ఖండించడం కాదు, భూమి కేంద్రం కాదని చెప్పడం. కాని చర్చ్ భయం, శాస్త్రం ప్రజల్ని గ్రంథం నుంచి దూరం చేస్తుందని, ప్రశ్నలు అధికారాన్ని బలహీనపరుస్తాయని. ఫలితం గృహ నిర్బంధం, బహిరంగ అవమానం. ఇక్కడ హింస శరీరానికి కాదు ఆలోచనలకే.

జియోర్డానో బ్రునో ఆలోచనలకే మరణశిక్ష, బ్రునో నమ్మింది విశ్వం అనంతమని, దేవుడు కేవలం చర్చ్‌కు పరిమితం కాదని. చర్చ్ దృష్టిలో ఇది మత ద్రోహం కాదు, ఆలోచనా తిరుగుబాటు 1600 లో బ్రునోను కాల్చివేశారు. అతని శరీరం కాలిపోయింది, కాని అతని ఆలోచనలు ఆధునిక శాస్త్రానికి బీజమయ్యాయి.

ఇస్లాం చరిత్రలో సత్యం ఎదురుకక్షి కఠినత్వం, ప్రారంభ స్వేచ్ఛ నుంచి సిద్ధాంత కఠినత్వం. ప్రారంభ ఇస్లాం తర్కానికి, తత్వశాస్త్రానికి, విజ్ఞానానికి తెరిచిన వేదిక. బగ్దాద్, కోర్డోబా విజ్ఞాన కేంద్రాలు. కాని కాలక్రమంలో మత వ్యాఖ్యానానికి ఒకే మార్గం, భిన్న భావనలకు నిషేధం.

మంసూర్ అల్ హల్లాజ్ 'అనల్ హక్' యొక్క ధర 'అనల్ హక్' నేనే సత్యం ఇది అహంకారమా లేక ఆధ్యాత్మిక అనుభవమా? సూఫీ దృష్టిలో అది దేవుడితో ఐక్యత. కఠిన మత వ్యాఖ్యానంలో అది దేవద్రోహం. ఫలితం బహిరంగ శిక్ష, హత్య. ఇక్కడ కూడా సమస్య దేవుడు కాదు దేవుడి పేరుతో ఉన్న అధికారం.

ఇబ్న్ రుష్ద్ తత్వశాస్త్రానికి నిషేధం, ఇబ్న్ రుష్ద్ అరిస్టాటిల్ వ్యాఖ్యాత, తర్కం మతం సమన్వయవాది. అతని రచనలు ఇస్లాంలో నిషేధించబడ్డాయి, కాని యూరప్‌లో పునర్జన్మకు కారణమయ్యాయి. ఒక మతం నిషేధించిన సత్యం, మరొక నాగరికతకు వెలుగు ఇచ్చింది.

హిందూమతంలో కనిపించని హింస ఒక చరిత్రాత్మక విశ్లేషణ, హిందూమతంలో సంస్థాగత హింస తక్కువ, సామాజిక హింస లోతుగా. కుల

వ్యవస్థ సత్యానికి అడ్డుగోడ, జ్ఞానం పై వర్గాల అధికారం, ప్రశ్నించే హక్కు నిరాకరణ, శ్రవణం, శిక్షలు. ఇది శరీర హింస కన్నా ఆలోచనల హింస.

చార్వాకుల గ్రంథాల నాశనం, చార్వాకులు దేవుడి నిరాకరణ, వేద విమర్శ, ప్రత్యక్షానుభవ ప్రాధాన్యం. వారి గ్రంథాలు కాపాడబడలేదు, ప్రత్యర్థుల వర్ణనలో విమర్శలలో మాత్రమే మిగిలాయి. ఇది చరిత్రలో మౌన హత్యలు.

బౌద్ధులపై వ్యవస్థాత్మక అణచివేత, భారత చరిత్రలో బౌద్ధ విహారాల ధ్వంసం, తాత్విక స్థలాల పతనం, క్రమంగా నాశనం. ఇది ఒక మత యుద్ధం కాదు, అధికార పునరుద్ధరణ.

అధికారం ప్రశ్నకు ఎందుకు భయపడుతుంది, భయం ఎలా హింసగా మారుతుందంటే ఆధ్యాత్మికత నుండి అధికార సిద్ధాంతానికి మార్పు. ఆధ్యాత్మికత యొక్క మూల లక్షణాలు అంతరంగ అనుభవం, వ్యక్తిగత అవగాహన, స్వేచ్ఛ. అధికారం యొక్క లక్షణాలు నియంత్రణ, ఏకాభిప్రాయం, విధేయత. ఆధ్యాత్మికత లోపలికి తీసుకెళ్తే, అధికారం బయట నియంత్రిస్తుంది. ఈ రెండు కలిసి ఉండలేవు. అందుకే ప్రశ్నించే ఆధ్యాత్మికుడంటే ప్రమాదం, అనుసరించే భక్తుడు అంటే భద్రత.

మత సంస్కరణల వెనుక హింస క్రైస్తవ లోకం, జాన్ హస్ చర్చ్ అవినీతిపై విమర్శ, బైబిల్ ప్రజల భాషలో ఉండాలని వాదన. ఫలితం కాల్చివేత. చరిత్ర చెప్పింది హస్ చనిపోయాడు. కాని అతని ఆలోచన లూథర్‌గా పునర్జన్మ పొందింది. మార్టిన్ లూథర్ చర్చ్ అధికారానికి సవాలు, సంస్థపై విశ్వాసం. ఫలితం బహిష్కరణ, రాజకీయ హింస, మత యుద్ధాలు. సత్యం వెలుగులోకి వచ్చినప్పుడల్లా అధికారం దాన్ని అణిచేందుకు ప్రయత్నించింది.

ఇస్లాంలో సూఫీలు, తత్వవేత్తలు మిస్టిసిజం ఎదురుకక్షి కఠిన వ్యాఖ్యానం. సూఫీ సంప్రదాయం అంతర అనుభవం, ప్రేమ, దేవుడితో ఐక్యత. కఠిన మత వ్యాఖ్యానం, నియమాలు, శిక్షలు, భయ నియంత్రణ. అందుకే సూఫీలు విచలితులు

అయ్యారు, తత్వవేత్తలు అనుమానాస్పదులు అయ్యారు, ఇబ్న్ సినా, అల్-ఫరాబీ వంటి వారి రచనలు ఇస్లామిక్ ప్రపంచంలో విమర్శ, యూరోప్లో విజ్ఞాన విప్లవానికి ఆధారం.

హిందూమతంలో కనిపించని హింస సామాజిక విశ్లేషణ, హిందూమతంలో బహిరంగ శిక్షలు తక్కువ, కాని సామాజిక బహిష్కరణ తీవ్రమైనది. భక్తి ఉద్యమం మౌన తిరుగుబాటు. కబీర్, బసవ, నామదేవ్ కుల వ్యవస్థకు వ్యతిరేకం, గ్రంథాధికారం తిరస్కారం. వారిపై ప్రత్యక్ష హింస కాదు, నిరాకరణ, అవమానం.

శంభూకుడు కథ అధికార విశ్లేషణ, శంభూకుడు ప్రశ్నించాడా? తన స్థానం నుండి పరిధి దాటాడా? ఈ కథ కులాధారిత అధికారానికి, తాత్విక ప్రతీక, ఇది హింస కాదు అని అనిపించినా ఇది ఆలోచన హత్యకు న్యాయీకరణ.

భయం ఎలా హింసగా మారుతుంది? శాస్త్రీయ సమాధానం, భయం గుర్తింపును కోల్పోతామనే ఆందోళన, అధికారాన్ని కోల్పోతామనే భయం. ఈ భయం ద్వేషంగా మారుతుంది. ద్వేషం, హింస, మతం భయాన్ని పవిత్రం చేస్తే, హింస న్యాయంగా మారుతుంది.

చరిత్ర ఒక స్పష్టమైన పాఠం చెబుతోంది, మనుషులను చంపవచ్చు, గ్రంథాలను కాల్చవచ్చు. కాని ఆలోచనలను కాదు. యేసు చనిపోయాడు క్రైస్తవం నిలిచింది, బ్రునో కాలిపోయాడు ఆధునిక శాస్త్రం పుట్టింది. అల్-హల్లాజ్ చనిపోయాడు సూఫీ సంప్రదాయం కొనసాగింది, చార్వాకుల గ్రంథాలు నశించాయి తర్కం మిగిలింది. సత్యం వెలుగులోకి రావడానికి ఆలస్యమవుతుంది గాని నశించదు.

28

అంధ విశ్వాసాలు

అంధ విశ్వాసం అంటే ఆలోచించకుండా నమ్మడం, ప్రశ్నించకుండా అనుసరించడం, తర్కాన్ని పక్కన పెట్టి భయంతో లేదా ఆశతో ఒప్పుకోవడం ఇవన్నీ కలిసిన స్థితే అంధ విశ్వాసం. అంధ విశ్వాసానికి మతం అవసరం లేదు. మతం వచ్చిన తరువాత, అంధ విశ్వాసానికి బలమైన వేదికగా మారింది. అన్ని మతాలలో విశ్వాసం ఉంది కాని అంధ విశ్వాసం మతం కాదు, అది మనిషి మానసిక బలహీనతగా భావించ వచ్చు.

అంధ విశ్వాసానికి భయమే మూలం, ఆదిమ మనిషి, పిడుగులు, వరదలు, భూకంపాలు, మరణం, ఇవన్నింటికీ కారణం తెలియని దశలో ఏదో అద్భుత శక్తి ఉందని ఊహించాడు. భయం, ఊహ, దేవత ఆచారం అంధ విశ్వాసం అనేది హిందూ, క్రైస్తవ, ఇస్లాం, బౌద్ధ, జైన, యూద మతాలన్నింటికీ వర్తించే సామాన్య చరిత్ర.

మతం ఒకసారి వ్యవస్థగా మారిన తరువాత, రాజులు, పూజారులు, మత నాయకులు భయాన్ని ఆయుధంగా మార్చారు. ఇలా చేస్తే పాపం, అలా చేస్తే శాపం, ప్రశ్నిస్తే నరకం, ఇలా ప్రశ్నించే శక్తిని అణచివేశారు. ఇక్కడే విశ్వాసం అంధ విశ్వాసంగా మారింది.

అంధ విశ్వాసం అన్ని మతాల్లో ఒకేలా వుంటుంది. మతాలు వేరు, కాని మనిషి మెదడు ఒకటే. మనిషి భద్రత కోరుకుంటాడు, మరణానికి భయపడతాడు, తన బాధలకు కారణం బయట ఎక్కడో ఉందని అనుకుంటాడు. అందుకే హిందూ మతంలో గ్రహదోషాలు, క్రైస్తవ మతంలో సైతాను ప్రభావం, ఇస్లాంలో శైతాన్

వశం, బౌద్ధంలో కూడా కర్మను తప్పుగా అర్థం చేసుకోవడం. పేరు మారుతుంది కాని భావం ఒకటే.

అంధ విశ్వాసాలను ప్రశ్నించకూడదు అనే నమ్మకం, ఇది దేవుని మాట, ఎందుకు అడుగుతున్నావు? ఇది శాస్త్రానికి వ్యతిరేకం, నవ అభివృద్ధికి అడ్డం, హింసకు మూలం, ప్రశ్నలేని సమాజం అంధ సమాజం. బాధ అంటే పాపం అనే భావన, అన్ని మతాల్లో కనిపించే ప్రమాదకర భావన పేదరికం గత జన్మ పాపం, వ్యాధి దేవుని శిక్ష, స్త్రీ బాధ విధి, దీని వల్ల బాధితుడినే నిందించడం, సమాజ బాధ్యత తగ్గిపోవడం, అన్యాయం కొనసాగడం.

మధ్యవర్తుల అంధ పూజ, దేవుడికి నేరుగా చేరలేమని నమ్మకం పూజారి, మౌలవి, పాస్టర్, గురువు. వీరే దేవుడికీ మనిషికీ మధ్య అనుసంధాన కర్తలయ్యారు. ఇక్కడే మోసం, దోపిడీ, భయం వ్యాపారం మొదలైంది.

శాస్త్రానికి వ్యతిరేక నమ్మకాలు, వైద్యం కంటే ప్రార్థనే ముఖ్యం, మందులకంటే మంత్రాలే గొప్ప, వ్యాధి దెయ్యం వల్ల. ఇవి అన్ని మతాల్లో ఉన్న వివిధ రూపాలే. ఫలితం మరణాలు, అజ్ఞానం, శిశు మరణాలు, మహిళలపై అఘాయిత్యాలు. అంధ విశ్వాసం, శాంతియుత జీవితం, ఘర్షణ, శాంతియుత జీవితం అంటే తర్కం, సహనం, మానవీయత, శాస్త్రీయ దృష్టి. అంధ విశ్వాసం అంటే భయం, ద్వేషం, విభజన, హింస. అందుకే అంధ విశ్వాసం ఉన్న చోట శాంతి తాత్కాలికం మాత్రమే.

అంధ విశ్వాసం మతం కాదు, అది మనిషి భయాల ఫలితం మాత్రం అన్ని మతాల్లో ఒకే విధంగా ఉంటుంది. ఇవి శాంతియుత జీవితానికి ప్రధాన అడ్డంకి, ప్రశ్నించడమే మొదటి విముక్తి. హిందూ మతంలో అంధ విశ్వాసాలు ఆచారం ఆలోచనను అధిగమించిందంటే హిందూ మతం మౌలికంగా తాత్విక, విచారణాత్మక సంప్రదాయం. ఉపనిషత్తులు, సాంఖ్య, న్యాయ, వైశేషిక దర్శనాలు ఇవన్నీ ప్రశ్నించే

సంస్కృతి నుంచే పుట్టాయి. కాని కాలక్రమంలో తత్వం ఆచారం భయం అంధ విశ్వాసం అనే మార్గంలో చాలా విషయాలు మారిపోయాయి.

గ్రహ దోషం, విధి వాదం, మనిషి జీవితంలో జరిగే ప్రతి దుర్ఘటనకు శని, రాహు కేతు, గత జన్మ పాపం అనే వివరణ ఇవ్వడం ప్రారంభమైంది. శాస్త్రీయంగా వ్యాధులు జీవకణాల కారణంగా, పేదరికం ఆర్థిక అసమానత వల్ల, ప్రమాదాలు ప్రకృతి నియమాల వల్ల. గ్రహదోష భావన బాధ్యతను మనిషి నుంచి దూరం చేస్తుంది, పరిష్కారాల బదులు భయాన్ని పెంచుతుంది.

స్త్రీలపై మోపిన అంధ నియమాలు, రుతుస్రావం అపవిత్రం, విధవ శుభకార్యాలకు అనర్థం, స్త్రీ శరీరం పాపానికి మూలం. ఇవి ధర్మం కాదు పురుషాధిపత్య సమాజం సృష్టించిన అంధ విశ్వాసాలు. రుతుస్రావం ఒక సహజ జీవ ప్రక్రియ అపవిత్రత కాదని శాస్త్రం చెబుతుంది. పూజారి ఆధిపత్యం, దేవునికి చేరాలంటే ప్రత్యేక మంత్రాలు, ప్రత్యేక కులం, ప్రత్యేక మధ్యవర్తి అనే భావన బలపడింది. ఇది సామాన్య మనిషిని చిన్నవాడిగా చేస్తుంది, దేవుడిని వ్యాపార వస్తువుగా మారుస్తుంది.

క్రైస్తవ మతంలో అంధ విశ్వాసాలు, విశ్వాసం భయంగా మారింది. క్రీస్తు బోధనలు ప్రేమ, క్షమ, మానవ గౌరవం. కాని చర్చ్ సంస్థగా మారిన తరువాత, అంధ విశ్వాసాలు పుట్టుకొచ్చాయి. నరక భయం, శాశ్వత శిక్ష, మేము చెప్పినట్లు నమ్మకపోతే నరకం, ఈ భయం తర్కాన్ని అణిచింది, ప్రశ్నించే వారిని శత్రువులుగా మార్చింది. ఫలితం గెలీలియోకు శిక్ష, శాస్త్రవేత్తలపై దాడులు, మాంత్రికుల వేట. వ్యాధులు దయ్యం తో సమంగా భావించి చరిత్రలో మానసిక వ్యాధులు దయ్యం పట్టడం, ఎపిలెప్సీ సైతాను ప్రభావం, ఇవన్నీ అంధ విశ్వాసాలే. శాస్త్రం ఎదిగిన తరువాతే వైద్యం మానవత్వం ముందుకు వచ్చాయి. చర్చ్ అప్రతిహత అధికారం, బైబిల్ వ్యాఖ్యానం ఒక వర్గం చేతుల్లో ఉండటం అంధ విశ్వాసాలకు దారితీసింది.

ప్రశ్న అంటే తిరుగుబాటు విజ్ఞానమంటే పాపం అనే భావన చాలా కాలం కొనసాగింది.

ఇస్లాం మతంలో అంధ విశ్వాసాలు, మూల గ్రంథం ఎదురుకక్షి సామాజిక ఆచారం, ఇస్లాం మౌలికంగా జ్ఞానాన్ని ప్రోత్సహించింది, చదవడం ఇక్రా తో ప్రారంభమైంది. సమాజంలో కొన్ని అంధ విశ్వాసాలు ఏర్పడ్డాయి. విధి వాదం యొక్క తప్పు అర్థం అల్లాహ్ ఇష్టమే అని చెప్పి నిర్లక్ష్యం, సామాజిక బాధ్యత లేకపోవడం. ఇది ఖురాన్ ఉద్దేశం కాదు. మహిళలపై పరిమితులు, మతం పేరుతో విద్య నిరాకరణ, స్వేచ్ఛ ఆంక్షలు. ఇవి సంస్కృతి ఫలితాలు, మత మూల సిద్ధాంతాలు కావు. మౌలవి ఆధిపత్యం, ప్రశ్నించడాన్ని కుఫ్రగా ముద్ర వేయడం. ఇది మేధస్సు ఎదుగుదలను అడ్డుకుంటుంది, హింసకు మార్గం వేస్తుంది.

బౌద్ధంలో అంధ విశ్వాసాలు ఎలా పుట్టాయి? బుద్ధుడు నన్ను నమ్మొద్దు అనుభవించు అన్నాడు. తరువాత బుద్ధ విగ్రహ పూజ, అద్భుత కథలు, పుణ్యం, పాపం వ్యాపారం. ఇవి బుద్ధ తత్వానికి విరుద్ధం. దలైలామా అనుసరించే గెలుగ్ పంథా టిబెటన్ బౌద్ధంలోని ఒక రూపం, అది బుద్ధ మూల బోధనల నుంచి కొంత దూరంగా అభివృద్ధి చెందిన రూపం. నా మాటలు బుద్ధుడి బోధనలకు విరుద్ధంగా ఉంటే, బుద్ధుడినే అనుసరించండి నన్ను కాదని దలైలామా పలుమార్లు చెప్పాడు.

జైనంలో అంధ విశ్వాసాల రూపాలు, అహింస తత్వం గొప్పది. శరీరాన్ని శిక్షించడమే మోక్షం, అతివ్రతాలు. ఇవి శాస్త్రీయ ఆరోగ్యానికి వ్యతిరేకం, జీవన సమతుల్యతను చెడగొడతాయి. అన్ని మతాల్లో ఒకే మూల సమస్య, ఆలోచన స్థానంలో భయం వచ్చినప్పుడు విశ్వాసం అంధ విశ్వాసం అవుతుంది. సామాన్య ఫలితాలు శాంతి భంగం, మత ఘర్షణలు, మానవ విలువల క్షీణత.

అంధ విశ్వాసాలు మతాల ఉత్పత్తి కాదు, అవి మానవ భయాల ప్రతిఫలాలు. ప్రతి మతంలో సమానంగా కనిపిస్తాయి. శాస్త్రం, మానవత్వమే వాటికి

ప్రత్యామ్నాయం.

అంధ విశ్వాసం, భయం హింస ఇది మనిషి చరిత్రలో ఒక పునరావృతమైన చక్రం. అంధ విశ్వాసం ఎప్పుడూ ఒక్కటే ప్రశ్న అడుగుతుంది ఇది నిజమా? కాదు ఇది భయంకరమా? భయం పుట్టినప్పుడు తర్కం నిశ్శబ్దమవుతుంది, మానవత్వం వెనక్కి వెళ్తుంది, హింసకు నైతికత దొరుకుతుంది.

మతపరమైన అంధ విశ్వాసాలు మరియు సామూహిక హత్యలు, క్రైస్తవ ప్రపంచంలో మాంత్రిక వేట 15వ – 17వ శతాబ్దం మధ్య యూరప్‌లో లక్షల మంది మహిళలు, దయ్యం పట్టింది అనే అంధ విశ్వాసంతో సజీవ దహనం చేయబడ్డారు. వారి నేరం ఔషధ మొక్కలు తెలుసుకోవడం, స్వతంత్రంగా జీవించడం, భిన్నంగా ఆలోచించడం. శాస్త్రీయంగా వాళ్లు వైద్యులు, మేధావులు, స్వతంత్ర స్త్రీలు. అంధ విశ్వాసం జ్ఞానాన్ని నాశనం చేసింది, భయాన్ని రాజ్యంగా చేసింది.

శాస్త్రవేత్తలపై హింస, గెలిలియో భూమి సూర్యుని చుట్టూ తిరుగుతుంది అన్నందుకు శిక్ష, బ్రునో విశ్వం అనంతం అన్నందుకు సజీవ దహనం. ఇక్కడ సమస్య శాస్త్రం కాదు. సమస్య మత అధికారాన్ని తమ పరిశోధనా ఫలితాలతో సవాలు చేయడం.

హిందూ సమాజంలో అంధ విశ్వాసాల వల్ల జరిగిన సామాజిక హింస, కుల వ్యవస్థ ఒక అంధ విశ్వాసపు సంస్థీకరణ జన్మతోనే శ్రేష్ఠుడు హీనుడు అనే భావన, శతాబ్దాలుగా విద్య నిరాకరణ, శ్రమ దోపిడి, మానవ గౌరవ హత్య. శాస్త్రం చెబుతుంది డి. యెన్. ఏ లో కులం లేదు. అంధ విశ్వాసం సమాజాన్ని నిట్ట నిలువుగా విభజించింది. సతి సహగమనం, స్త్రీ భర్త చనిపోయిందని సజీవ దహనం, ధర్మం పేరుతో హత్య. ఇది మత బోధ కాదు, పురుషాధిపత్య అంధ విశ్వాసం.

ఇస్లాం ప్రపంచంలో అంధ విశ్వాసాలు, తీవ్రవాదం, ఇస్లాం మూల బోధన జ్ఞానం, న్యాయం, దయ. కాని అంధ విశ్వాసం జిహాద్‌ను హింసగా మార్చింది, స్వర్గ

భయం, లోభం ద్వారా యువతను మోసం చేసింది. సమస్య మతం కాదు, గ్రంథాన్ని మూసివేసి, తుపాకీ తెరవడమే అసలు సమస్య.

బౌద్ధ, జైన సమాజాల్లో కూడా తప్పించుకోలేని అంధ విశ్వాసాలు, ఆత్మపీడన మోక్షం, అతి ఉపవాసాలు శరీర నిరాకరణ. ఇవి శాస్త్రీయంగా ప్రమాదకరం, మానసిక వికృతికి దారి. బుద్ధుడు చెప్పింది మధ్యమార్గం తదుపరి కాలంలో ఆచారం అతివాదంగా మారింది. అంధ విశ్వాసాలు, మానసిక ఆరోగ్యం, వ్యాధిని పాపంగా చూడటం, డిప్రెషన్ విశ్వాస లోపం, మానసిక రోగం దయ్యం. ఫలితం వైద్య చికిత్స నిరాకరణ, ఆత్మహత్యలు, కుటుంబ విధ్వంసం. భయం ఆధారిత పెంపకం, పిల్లలకు దేవుడు చూస్తున్నాడు, తప్పు చేస్తే శిక్ష. ఇది గిల్ట్, ఆందోళన, స్వతంత్ర ఆలోచన లోపం.

మత ఘర్షణలు అంధ విశ్వాసాల పరాకాష్ట, క్రూసేడ్స్, మత విభజన యుద్ధాలు, ఆధునిక మత అల్లర్లు అన్నిటి వెనుక ఒకే మూలం 'నా దేవుడు నిజం నీ దేవుడు అబద్ధం' దేవుడి పేరుతో మనిషే సాటి మనిషిని చంపాడు. అంధ విశ్వాసాల వల్ల మానవ అభివృద్ధికి జరిగిన నష్టం, శాస్త్ర అభివృద్ధి ఆలస్యం, మహిళల హక్కుల అణచివేత, మేధో వికాసానికి అడ్డంకి. భయమే శాసనంగా మారిన సమాజాలు ఎప్పుడూ ముందుకు వెళ్లలేదు. అంధ విశ్వాసాలు వ్యక్తిగత విశ్వాసాలు కాదు, అవి సామాజిక ఆయుధాలు, చరిత్రలో అత్యధిక రక్తపాతం వీటివల్లే, మతం కాదు భయమే హంతకుడు. మతం తప్పా లేదా మతాన్ని మనిషి అర్థం చేసుకున్న విధానము తప్పా? మతం కన్నా ప్రమాదకరం అంధ విశ్వాసం. విశ్వాసం మనిషిని నిలబెడితే, అంధ విశ్వాసం మనిషిని బంధిస్తుంది, చివరకు నాశనం గావిస్తుంది.

అంధ విశ్వాసాల మూలాన్ని తొలగించాలంటే, వాటిని ఎదుర్కోవాలంటే దేవుణ్ణి కాదు భయాన్ని ప్రశ్నించాలి. భయం ఆధారిత మత బోధనలకు ముగింపు, ప్రపంచంలోని అన్ని మతాల్లో ఒకే విధమైన బోధన కనిపిస్తుంది ఇలా చేయకపోతే

శిక్ష, ఇది నమ్మకపోతే నాశనం, ప్రశ్నిస్తే పాపం. ఇది మతం కాదు నియంత్రణ రాజకీయాలు. శాంతియుత మతం అంటే భయంతో కాదు, అవగాహనతో నడిచేది.

చాలామంది ప్రశ్నిస్తారు, శాస్త్రం మతానికి శత్రువా లేక రక్షకుడా శాస్త్రం పెరిగితే మతం నశిస్తుందా అని. చరిత్ర సమాధానం శాస్త్రం పెరిగినప్పుడు అంధ విశ్వాసమే నశించింది. మానవ విలువలు కాదు. శాస్త్రం దేవుడిని ఖండించదు, అద్భుతాలను ప్రశ్నిస్తుంది, మెరుపు దేవుడి కోపం కాదు విద్యుత్ ఛార్జ్, వ్యాధి శాపం కాదు జీవాణువులు, గ్రహణం అపశకునం కాదు ఖగోళ గణితం. శాస్త్రం భయాన్ని తొలగించింది. భయం తొలగిన చోటే శాంతి జనిస్తుంది.

ఆధ్యాత్మికత తన కోరికలపై అవగాహన, ఇతరుల బాధ పట్ల స్పందన, స్వీయ నియంత్రణ, ప్రశ్నించే ధైర్యం. బుద్ధుడు అన్నాడు నన్ను నమ్మొద్దు అనుభవించు. ఉపనిషత్తులు అన్నాయి తత్త్వమసి నీవే సత్యం, సూఫీ సంతులు అన్నాయి దేవుడు గుండెల్లో ఉన్నాడు. ఇవన్నీ ఒకే మాట చెబుతున్నాయి. దేవుడు బయట కాదు, భయానికి అతీతంగా ఉన్న అంతరంలో. మతాన్ని శాంతి మార్గంగా మార్చే సూత్రాలు, ప్రశ్నించే హక్కు, ఏ మతమైనా ప్రశ్నించడానికి అవకాశం ఇవ్వాలి, విమర్శను ద్రోహంగా చూడకూడదు. ప్రశ్న లేని విశ్వాసమంటే బానిసత్వం గా మారుతుంది.

నైతికతను మతానికి మించినదిగా చూడటం, మంచి చేయడం దేవుడి భయం వల్ల కాదు, మానవ గౌరవం వల్ల జరగాలి. ఒక మంచి పని దేవుడి ఆజ్ఞ వల్ల కాదు, మనిషి మనసు వల్ల జరగాలి. ఏ మతం అయినా స్త్రీలను అణిచితే, పిల్లలపై భయం మోపితే అది మతం కాదు హింసా వ్యవస్థ. దేవుడు ఉన్నాడా అనే ప్రశ్న అడగనివ్వాలి, శాస్త్రాన్ని భయపెట్టే ఆయుధంగా కాకుండా చూపాలి, శాస్త్రమంటే మానవత్వం కలయికే శాంతియుత భవిష్యత్తు.

ఆధునిక ప్రపంచంలో మతం పాత్ర, మతం ప్రభుత్వాన్ని నియంత్రించకూడదు, శాస్త్రాన్ని అణిచివేయకూడదు, రాజకీయ ఆయుధంగా మారకూడదు. మతం పాత్ర వ్యక్తిగత ఆధ్యాత్మిక మార్గదర్శి, సామాజిక నైతికతకు ప్రేరణ మాత్రమే. అంధ విశ్వాసాల అనంతరం మానవ భవిష్యత్తు, మనిషి ముందున్న రెండు మార్గాలు భయం మార్గం, మత ఘర్షణలు, హింస, విభజన. అవగాహన మార్గం, శాంతి, సహజీవనం, మానవ ఐక్యత.

అవగాహన పెరిగిన చోటే మానవ నాగరికత ఎదిగింది. మతం అవసరమే కావచ్చు, అంధ విశ్వాసం అవసరమా? కాదు. భయం ఉన్న చోట దేవుడు ఉండడు. అవగాహన ఉన్న చోటే ఆధ్యాత్మికత ఉంటుంది. మనిషి దేవుణ్ణి వెతుక్కుంటూ ఎన్నో శతాబ్దాలు ప్రయాణించాడు. దేవుడి పేరుతో మనిషిని, తన నైతికతను కోల్పోకుండా మనిషి పేరుతో దేవుణ్ణి అర్థం చేసుకునేదే నిజమైన శాంతి మార్గంగా భావించవచ్చు.

29

మత పునరుజ్జీవన ఉద్యమాలు

ఆధ్యాత్మిక విప్లవాల సామాజిక మానవీయ అధ్యయనం, మతం కంటే మనిషి ముందుగా మత చరిత్రలో తరచూ కనిపించే ఒక ప్రధాన విరోధాభాసం ఏమిటంటే దైవాన్ని చేరువ చేయాలనే ప్రయత్నంలో మతం, మనిషిని దూరం చేయడం.

ఈ పరిస్థితికి ప్రతివాదంగా పుట్టిన రెండు మహా ఆధ్యాత్మిక ఉద్యమాలే భక్తి ఉద్యమం, సూఫీ ఉద్యమం. ఈ రెండూ వేర్వేరు మతాల పరిధిలో పుట్టినా, వాటి అంతరార్థం ఒకటే. దేవుడు గ్రంథాల్లో కాదు, ఆరాధన ఆచారాల్లో కాదు, ఆచరణలో ఉంటుంది. మతం మనిషి కోసం మనిషి మతం కోసం కాదు.

మానవ చరిత్రలో మతం ఒక విచిత్రమైన ద్వంద్వ స్వభావాన్ని కలిగి ఉంది. ఒకవైపు అది మనిషికి ఆశను, భయానికి అర్థాన్ని, జీవనానికి దిశను ఇచ్చింది. మరోవైపు అదే మతం, దైవాన్ని చేరువ చేయాలనే పేరుతో మనిషిని మనిషి నుండి దూరం చేసింది. దేవుడు అనే భావన మనిషిని నైతికంగా ఉన్నతుడిగా చేయాల్సిన చోట, మత వ్యవస్థలు అతన్ని కులం, వర్గం, లింగం, మతం అనే గోడల మధ్య బంధించాయి. ఈ విరోధాభాసమే మత చరిత్రలో పునరావృతమయ్యే ఒక ప్రధాన మానవీయ విషాదం.

ఈ పరిస్థితికి ప్రతివాదంగా, మతం యొక్క ఆత్మను తిరిగి మనిషికి చేరువ చేయాలనే సంకల్పంతో పుట్టిన మహా ఆధ్యాత్మిక విప్లవాలే భక్తి ఉద్యమం, సూఫీ ఉద్యమం. ఇవి వేర్వేరు మతాల పరిధిలో జన్మించి నప్పటికీ, వాటి తాత్విక మూలం

ఒకటే. మతం నుండి మనిషి దూరమయ్యే ప్రయాణం, ప్రారంభంలో మతం ఒక సామాజిక అవసరం. భయం, ప్రకృతి, మరణం, అజ్ఞానం వంటి అంశాలకు మనిషి ఇచ్చుకున్న అర్థాల సమాహారం అది. కాలక్రమేణా మతం సంస్థాగతంగా మారింది. దేవుడిని చేరుకునే మార్గం మధ్యవర్తుల చేతుల్లోకి వెళ్లింది. పూజారి, మౌలవి, గురువు వంటి అధికార వర్గాలు మతాన్ని నియంత్రించాయి. గ్రంథాలు పవిత్రమయ్యాయి, మనిషి అపవిత్రుడయ్యాడు.

ఆచారాలు గొప్పవయ్యాయి, ఆకలి పాపమయ్యింది, నియమాలు కఠిన మయ్యాయి, కరుణ బలహీన మయ్యింది. ఈ పరిస్థితిలో మతం ఒక జీవన తత్వం కాకుండా, ఒక నియంత్రణ సాధనంగా మారింది. ఈ క్రమంలోనే మానవత్వాన్ని తిరిగి మతం మధ్యలో నిలబెట్టాలనే ఆవశ్యకత పుట్టింది.

భారతదేశంలో భక్తి ఉద్యమం ఒక మత విప్లవం కంటే, ఒక సామాజిక తిరుగుబాటు. వేదాలు, ఉపనిషత్తులు, శాస్త్రాలు సాధారణ ప్రజలకు దూరంగా ఉన్న కాలంలో, దేవుడు కేవలం బ్రాహ్మణుల స్వంతమనే భావన బలంగా ఉన్న సమయంలో భక్తి ఉద్యమం ఆ భావనను ఛిద్రం గావించింది.

ఇస్లాం మతం కూడా ఒక దశలో కఠిన న్యాయశాస్త్రంగా, నియమబద్ధ ఆచార వ్యవస్థగా మారినప్పుడు, ఆ లోటును పూరించేందుకు సూఫీ ఉద్యమం జన్మించింది. సూఫీలు ఇస్లాంను తిరస్కరించలేదు. దాని ఆత్మను తిరిగి వెలికి తీశారు. సూఫీ తత్వంలో దేవుడు ఒక భయంకరమైన న్యాయాధిపతి కాదు. అతను ఒక ప్రేమికుడు. ఆత్మ అతని ప్రేయసి. రూమీ, అత్తార్, హఫీజ్, బుల్లె షా వంటి సూఫీ కవులు దేవుడిని ప్రేమగా పిలిచారు. వారి కవిత్వం మత సరిహద్దులను దాటి మానవ హృదయాలను తాకింది.

30

భక్తి ఉద్యమం

భారతదేశ మత సామాజిక చరిత్రలో భక్తి ఉద్యమం ఒక గొప్ప మానవీయ విప్లవం. ఇది కేవలం దేవుని పూజకు సంబంధించిన ఉద్యమం మాత్రమే కాదు, కులవ్యవస్థకు వ్యతిరేకంగా, ఆచార అహంకారానికి ప్రతిఘటనగా, మానవ సమానత్వానికి వేదికగా రూపుదిద్దుకుంది. భక్తి ఉద్యమం భారతీయ ఆధ్యాత్మికతను యాగాల నుంచి యోగానికి, మంత్రాల నుంచి మనసుకు, పూజారి నుంచి వ్యక్తికి తీసుకొచ్చింది.

భక్తి అంటే దేవునితో వ్యక్తిగత అనుబంధం, ప్రేమ, లొంగుబాటు, విశ్వాసం, మధ్యవర్తుల అవసరం లేని ఆధ్యాత్మిక అనుభవం, భక్తి ఉద్యమం యొక్క మూల సూత్రం. దేవుడు అందరికీ సమానమే కులం, లింగం, విద్య అవసరం లేదు.

భక్తి ఉద్యమానికి పూర్వ నేపథ్యం క్రీ.పూ. 1000 – 600 వేదకాలంలో యజ్ఞాలు, హోమాలు ప్రధానమైనవి, బ్రాహ్మణ ఆధిపత్యం పెరిగింది, సాధారణ ప్రజలకు ఆధ్యాత్మిక ప్రవేశం కష్టమైంది. ఈ పరిస్థితికి ప్రతిస్పందనగా ఉపనిషత్తులు అంతర్ముఖ ధ్యానం, బౌద్ధం, జైనం, సమానత్వం. వీటి ప్రభావంతోనే భక్తి భావన బలపడింది.

భక్తి ఉద్యమం ప్రారంభం దక్షిణ భారతదేశంలో ఆల్వార్లు, నాయనార్లు క్రీ.శ. 6–9 శతాబ్దాలు భక్తి ఉద్యమానికి తొలి స్పష్ట రూపం తమిళనాడులో కనిపిస్తుంది. ఆల్వార్లు (విష్ణు భక్తులు) 12 మంది, కుల పరిమితులు లేవు, స్త్రీలు (ఆండాళ్) నాయనార్లు (శివ భక్తులు) 63 మంది ఉన్నారు. సంస్కృతం కాదు ప్రజల

భాష, ఆలయాల కంటే హృదయం దీనికి పూజారి అవసరం లేదు. ఇది ఒక సాంస్కృతిక ప్రజాస్వామ్యం.

ఉత్తర భారతదేశానికి భక్తి ఉద్యమ వ్యాప్తి, క్రీ.శ. 12–17 శతాబ్దాలలో మహారాష్ట్ర, ఉత్తరప్రదేశ్, రాజస్థాన్, బెంగాల్, ఒడిశా ప్రాంతాలకు వ్యాపించింది. రెండు ప్రధాన ధారలు ఏర్పడ్డాయి, సగుణ భక్తి రూపం ఉన్న దేవుడు (రాముడు, కృష్ణుడు), తులసీదాస్, మీరాబాయి, సూరదాస్ నిర్గుణ భక్తి రూపం లేని దేవుడు బీర్, రవిదాస్, నానక్.

ప్రధాన భక్తి సంతులు మరియు వారి సందేశాలు మనిషి హృదయంలోని సత్యాన్ని ప్రతిబింబిస్తాయి. కబీర్ హిందూ, ముస్లిం ఆచారాలపై విమర్శ చేసినప్పటికీ, ఆయన ముఖ్యంగా చెప్పేది దేవుడు గుడిలో కాదు, మనసులోనే ఉంటాడని. పుస్తకాలు చదివినా ప్రేమ లేకపోతే, దేవుడు ఎక్కడ? మీరాబాయి మహిళా స్వేచ్ఛకు ప్రతీక, సమాజ బంధనాలకు వ్యతిరేక ప్రతిభావంతి. తులసీదాస్ తన *రామచరితమానస్* ద్వారా ప్రజల భాషలో ధర్మాన్ని సులభంగా చేరువచేసాడు. గురు నానక్ కుల, మత భేదాలను త్యజించి, లంగర్ వ్యవస్థ ద్వారా సమాన భోజనం సాధన చేయించారు.

భక్తి ఉద్యమం సామాజిక ప్రభావం, కుల వ్యవస్థపై ప్రభావం, దిగువ కులాలకు ఆధ్యాత్మిక హక్కు, బ్రాహ్మణ ఆధిపత్యానికి సవాలు. మహిళా విముక్తి, మహిళా సంతులు, వ్యక్తిగత భక్తి స్వేచ్ఛ. భాషా విప్లవం హిందీ, అవధీ, మరాఠీ, తెలుగు, సాహిత్య వికాసం. మానవీయ విలువలు ప్రేమ, కరుణ, సమానత్వం, హింసకు వ్యతిరేకత.

భక్తి ఉద్యమం మరియు సూఫీ ఉద్యమం పోలిక, భక్తి ప్రేమ మార్గం, ప్రజలభాష, మధ్య వర్తి అవసరం లేదు, దేవునితో ఏకత్వం. సూఫీ మార్గం ప్రేమ, ప్రజల భాష, మధ్య వర్తి అవసరం లేదు, దేవునితో ఏకత్వం. ఈ రెండు ఉద్యమాలు కలిసి భారతీయ ఆధ్యాత్మికతకు మానవ ముఖం ఇచ్చాయి.

శాస్త్రీయ, మానసిక విశ్లేషణ, భక్తి ఉద్యమం భయ ఆధారిత మతం నుంచి, ప్రేమ ఆధారిత ఆధ్యాత్మికతకు మార్పు, మనోవిజ్ఞానం ప్రకారం ప్రేమ అంతర్గత శాంతి, భయం నియంత్రణ, భక్తి ఉద్యమం భయాన్ని తగ్గించింది. పరిమితులు మరియు విమర్శలు, కుల వ్యవస్థ పూర్తిగా తొలగిపోలేదు, భక్తి తర్వాత కూడా సంస్థాగత మతం పెరిగింది, కొన్నిచోట్ల భక్తి కూడా ఆచారంగా మారింది. అయినా, భక్తి ఉద్యమం సమస్యకు పరిష్కారం కాకపోయినా దిశను మార్చింది.

భక్తి ఉద్యమం యొక్క చారిత్రక ప్రాముఖ్యత, భక్తి ఉద్యమం లేకపోతే భారతీయ మతం మరింత కఠినంగా ఉండేది, సామాజిక విభజన తీవ్రంగా ఉండేది, ప్రజా భాషలకు గౌరవం ఉండేది కాదు. ఇది మతాన్ని మానవత్వానికి దగ్గర చేసింది, దేవుణ్ణి అధికారం నుంచి విడిపించింది. భక్తి ఉద్యమం ఒక మత ఉద్యమం కాదు, అది ఒక మానవీయ ఉద్యమం. దేవుడు పూజలో కాదు ప్రేమలో ఉంటాడు. దేవుడు భయంలో కాదు కరుణలో ఉంటాడు. భక్తి ఉద్యమం భారతదేశానికి ఇచ్చిన గొప్ప పాఠం. దేవుణ్ణి వెతకడానికి గుడి అవసరం లేదు మనసు చాలును.

కులవ్యవస్థపై స్త్రీలకు ఆధ్యాత్మిక స్వరం భాషా ఉద్యమాలకు బీజం కర్మకాండల విమర్శ వ్యక్తిగత నైతికత ప్రాధాన్యం భక్తి ఉద్యమం దేవాలయాల్ని కాదు నిర్మల హృదయాల్ని నిర్మించింది.

31

సూఫీ ఉద్యమం

సూఫీ ఉద్యమం అనేది ఇస్లాంలో ఒక ఆధ్యాత్మిక, సంస్కరణోద్యమం, ఇది దేవునితో వ్యక్తిగత అనుభవాన్ని, ప్రేమను, భక్తిని నొక్కి చెబుతుంది, భౌతికవాదాన్ని వ్యతిరేకిస్తుంది. హిందూ-ముస్లింల మధ్య సామరస్యాన్ని పెంపొందించింది. ఇది భారతదేశంలో 11వ శతాబ్దంలో పర్షియా నుండి ప్రవేశించి, భక్తి ఉద్యమంతో కలిసిపోయి, సాంస్కృతిక, సామాజిక సంస్కరణలకు దోహదపడింది.

దేవుడిని ప్రేమ, భక్తి ద్వారా చేరుకోవాలని, మానవ హృదయాన్ని శుద్ధి చేసుకోవాలని బోధిస్తుంది. కుల వివక్షను వ్యతిరేకించి, అందరినీ సమానంగా చూసింది, సామాజిక సేవ, దాతృత్వాన్ని ప్రోత్సహించింది. హిందువులు, ముస్లింల మధ్య సాంస్కృతిక వారధిగా నిలిచి, ఒకరి సంస్కృతిని మరొకరు అర్థం చేసుకోవడానికి సహాయపడింది.

పిర్ (గురువు) మార్గదర్శకత్వంలో మురీద్ (శిష్యుడు) ఆధ్యాత్మిక ప్రయాణం చేస్తారు, ఇది సూఫీ సంప్రదాయానికి కీలకం.

సూఫీ కేంద్రాలలో భోజనం, విద్య, సంగీత కచేరీలు (సమా) ఆధ్యాత్మిక బోధనలు జరిగేవి. సూఫీ సాధువులను వివిధ వర్గాలుగా విభజించారు, వీటిలో చిష్తి, సుహ్రవర్ది, ఖాద్రి వంటివి ముఖ్యమైనవి.

భారతదేశంలో సాంస్కృతిక ప్రభావం వలన ఉర్దూ భాష, సూఫీ కవిత్వం, కవ్వాలీ సంగీతం వృద్ధికి దోహదపడింది. సామాజిక ప్రభావం, మొఘల్ చక్రవర్తి అక్బర్‌పై ప్రభావం చూపి సామాజిక స్థిరత్వానికి దోహదపడింది. ప్రముఖ సూఫీలు, ఖ్వాజా మొయినుద్దీన్ చిష్తి (అజ్మీర్) బాబా ఫరీద్, నిజాముద్దీన్ ఔలియా.

సూఫీ తత్త్వం, సిద్ధాంతాలు ఇష్క్-ఎ-హకీకీ దైవప్రేమ, అనుభవమే జ్ఞానం, అహంకారం నాశనం, సంగీతం, కవిత్వం, ఆరాధన, మనిషే దేవుని దారి. ప్రముఖ సూఫీలు, ఖ్వాజా మొయినుద్దీన్ చిష్టీ, హజరత్ ఖ్వాజా నిజాముద్దీన్ ఔలియా, బుల్లెషా, రూమీ, హాఫిజ్, రూమీ "నీవు ప్రేమను వెతుకుతున్నావంటే, నీవే ప్రేమవై మారాలి. సూఫీ ఉద్యమం సామాజిక విప్లవం, హిందూ ముస్లిం ఐక్యత మతాంతర సంభాషణ సంగీతం (కవ్వాలి) మానవీయతకు ప్రాధాన్యం, హింసకు వ్యతిరేకత సూఫీ దర్గాలు, మతం అడగవు, కులం అడగవు, లింగం అడగవు.

భక్తి మరియు సూఫీ ఉద్యమాల పోలిక, రెండు ఉద్యమాలూ దేవుణ్ని కాదు, మనిషిని కాపాడాయి. భక్తి, సూఫీ ఉద్యమాలు, మానవుడి మనసులో కలిగిన భయాన్ని తగ్గించాయి, ప్రేమను పెంచాయి, మనసును సమతుల్యం చేశాయి. సైకాలజీ మైండ్‌ఫుల్‌నెస్, ఎమోషనల్ ఇంటెలిజెన్స్, సెల్ఫ్ ట్రాన్స్‌సెండెన్స్. ఆధునిక శాస్త్రం ఈ ఉద్యమాలు చెప్పినదాన్ని వేల ఏళ్ల తర్వాత నిరూపిస్తోంది. మతం కాదు, మానవత్వమే మోక్షం. భక్తి ఉద్యమం, సూఫీ ఉద్యమం ఇవి మత ఉద్యమాలు కాదు. మానవీయ ఆలోచనల ఉద్యమాలు.

వీటి సందేశం స్పష్టంగా దేవుడు ఆలయాల్లో కాదు, మసీదుల్లో కాదు, గ్రంథాల్లో కాదు దేవుడు మానవ హృదయంలోనని బోధిస్తుంది.

మతం మనిషిని విభజిస్తే, ప్రేమ అతడ్ని ఏకం చేస్తుంది. భక్తి, సూఫీ ఉద్యమాలు ప్రేమను మతంగా మార్చాయి.

32

క్రైస్తవ మతంలో సంస్కరణలు

ఏ మతమైనా శాశ్వతంగా నిలవాలంటే అది కాలానికి అనుగుణంగా స్వీయ సంస్కరణలు చేసుకోవాల్సిందే.

క్రైస్తవ మత చరిత్రను పరిశీలిస్తే, సంస్కరణ స్వీకరణ మూడుస్థాయిలలో ముందుకు సాగినట్లు స్పష్టంగా తెలుస్తుంది. క్రైస్తవ మత సంస్కరణలు అనేవి కేవలం మతపరమైన మార్పులు మాత్రమే కాదు, అవి సామాజిక, నైతిక, మేధో, శాస్త్రీయ పరిణామాలకు ప్రతిస్పందనలు కూడా.

యేసు క్రీస్తు మొదటి సంస్కర్త, చరిత్రాత్మకంగా చూస్తే యేసు క్రీస్తు కొత్త మతాన్ని స్థాపించాలనే ఉద్దేశంతో రాలేదు. అతడు యూదు మతంలో ఉన్న కఠిన ఆచారాలపై సంస్కరణకారుడిగా నిలిచాడు. యేసు ప్రతిపాదించిన సంస్కరణలు, ఆచారాల కంటే అంతఃశుద్ధి ముఖ్యం, శిక్ష కంటే క్షమ ముఖ్యమైనది, దేవుడు ఆలయాల్లో మాత్రమే కాదు మనిషి హృదయంలో ఉంటాడు, పూజారి ఆధిపత్యానికి వ్యతిరేకత, శనివారం మనిషి కోసం, మనిషి శనివారం కోసం కాదు -యేసు. ఈ ఆలోచనలే అప్పటి మతాధికారులకు ప్రమాదంగా మారినందువల్ల యేసు సత్యాన్ని చెప్పినవాడిగా శిక్షించబడ్డాడు.

సంస్థాగత క్రైస్తవ మత సమస్యలు, క్రీ.శ. 4వ శతాబ్దంలో క్రైస్తవ మతం రోమన్ సామ్రాజ్యపు అధికార మతంగా మారిన తరువాత పరిస్థితి మారింది. ఏర్పడిన

సమస్యలు మతం అధికారం, బిషపులు రాజకీయ నేతలు, చర్చ్ సంపద కేంద్రం, ప్రశ్న అపరాధం, ఇక్కడి నుంచే సంస్కరణల అవసరం మొదలైంది.

మఠ ఉద్యమాలు అంతర్గత సంస్కరణ, సంస్థాగత చర్చ్ విలాసవంతంగా మారినప్పుడు, కొందరు క్రైస్తవులు సన్యాస జీవనాన్ని ఆశ్రయించారు. దారిద్ర్య జీవనం, క్రమశిక్షణ, సేవ, విద్య, గ్రంథ సంరక్షణ అవలంబించారు. ఈ మఠాలే మధ్యయుగాల్లో జ్ఞాన పరిరక్షణ కేంద్రాలుగా మారాయి.

మధ్యయుగ సంస్కరణ వాదులైన, జాన్ వైక్లిఫ్ బైబిల్, ప్రజల భాషలో ఉండాలన్నాడు, చర్చ్ అధికారాన్ని ప్రశ్నించాడు, జాన్ హస్ మతాధికారుల అవినీతిని విమర్శించాడు. ఫలితంగా వీరిద్దరూ "మత విపరీతులు"గా ప్రకటించబడ్డారు. హస్‌ను కాల్చివేశారు. చరిత్రలో చాలా సార్లు సంస్కరణే మొదట విపరీత ధోరణిగా కనిపిస్తుంది.

ప్రొటెస్టెంట్ సంస్కరణ ఉద్యమం, మార్టిన్ లూథర్ కేంద్ర వ్యక్తి 1517లో ఆయన చర్చ్ తలుపుకు 95 అభ్యంతరాలు అంటించాడు. ముఖ్య సంస్కరణలు పాప విముక్తి డబ్బుతో కాదు విశ్వాసంతో, బైబిల్ అంతిమ ప్రమాణం, ప్రతి విశ్వాసి పూజారి సమానమే. దీని ప్రభావంతో క్రైస్తవ మత విభజన, ప్రొటెస్టెంట్ మతాలు, విద్య వ్యాప్తి, మేధో స్వేచ్ఛ కలిగింది.

ప్రొటెస్టెంట్ ఉద్యమానికి ప్రతిస్పందనగా కాథలిక్ చర్చ్ కూడా సంస్కరణలు చేసింది. ట్రెంట్ సభ పూజారుల విద్య మెరుగుదల, అవినీతిపై నియంత్రణ, నైతిక క్రమశిక్షణ. ఇది చర్చ్‌లో అంతర్గత శుద్ధికి దోహదపడింది.

గెలీలియో, న్యూటన్ వంటి శాస్త్రవేత్తలు ప్రపంచాన్ని కొత్తగా చూపించారు. మొదట చర్చ్ వీరిని వ్యతిరేకించినా, తరువాత శాస్త్రంతో సహజీవనం నేర్చుకుంది. మార్పుకు లోనైన భౌతిక ప్రపంచం శాస్త్రం, నైతిక ప్రపంచం మతం, ఇది ఒక బుద్ధిపూర్వక సంస్కరణగా భావించ వచ్చు.

సామాజిక సంస్కరణలు 19–20వ శతాబ్దాలు, క్రైస్తవ మతం తన నైతిక బోధనలను సామాజిక సమస్యలకు వర్తింపజేసింది. ముఖ్య పాత్ర వహించి బానిసత్వ నిర్మూలన, విద్య, ఆసుపత్రులు, మహిళా హక్కులు, పేదల సేవ. ఇక్కడ మతం మానవత్వానికి సాధనంగా మారింది.

ఆధునిక సంస్కరణలు, రెండో వాటికన్ సభ, ప్రార్థనలు స్థానిక భాషల్లో, ఇతర మతాల పట్ల గౌరవం, మానవ హక్కుల అంగీకారం, శాస్త్రానికి వ్యతిరేకత తగ్గింపు. నేటి క్రైస్తవ మతం, పాపాన్ని ఆచారం కంటే హానిగా నిర్వచిస్తుంది, దేవుణ్ణి భయంగా కాదు, నైతిక మార్గదర్శిగా చూస్తుంది.

మత సంస్కరణలు ఒక మానసిక నియమాన్ని అనుసరిస్తాయి, అధికారం పెరుగుతుంది, కఠినత్వం వస్తుంది, ప్రశ్న పుడుతుంది, అణచివేత జరుగుతుంది, తరువాత సంస్కరణ అవుతుంది, ఇది క్రైస్తవ మతంలో పదేపదే జరిగింది. క్రైస్తవ మత చరిత్ర చెబుతున్న గొప్ప సత్యం, సంస్కరణ మతానికి శత్రువు కాదు ప్రాణవాయువు. సంస్కరణలను అంగీకరించినప్పుడు మతం జీవిస్తుంది. తిరస్కరించినప్పుడు చరిత్ర అవుతుంది. నేటి క్రైస్తవ మతం పూర్తిగా మారిపోయినది కాదు, కాని మార్పులకు లోనై మారుతున్న మతం. అదే దాని బలంగా భావించ వచ్చు.

చరిత్రలో ప్రతి మతం ఒక సమయంలో స్థిరత్వాన్ని, ఆచారాలను, అధికారాన్ని పొందిన తర్వాత స్తబ్ధతలోకి వెళ్లింది. ఆ సమయంలో కొత్త ఆలోచనలతో పునరుజ్జీవన ఉద్యమాలు పుట్టాయి. వీటివల్ల మతాలు తిరిగి మానవత వైపు మళ్లాయి.

భారతదేశంలో, బౌద్ధం మరియు జైనం వేద యజ్ఞాల అధిక వ్యయాలు, కఠిన కులవ్యవస్థకు వ్యతిరేకంగా అహింస, సమానత్వం, ధర్మజీవనాన్ని ప్రోత్సహించాయి. భక్తి ఉద్యమం దైవాన్ని హృదయములో అనుభవించే తత్త్వం. దాసు కవులు, ఆళ్వార్లు, నయనార్లు ప్రేమ ద్వారా భగవంతుని చేరుకోవాలని చెప్పారు. సిక్కిజం గురునానక్ సమానత్వం, కృషి, సేవలను ప్రధానంగా ఉంచాడు. ఆర్య సమాజం, బ్రహ్మ

సమాజం, రామకృష్ణ మిషన్ 19వ శతాబ్దంలో మతాన్ని ఆధునిక విలువలతో సమన్వయం చేయడం ప్రారంభించాయి.

యూరప్‌లో ప్రొటెస్టెంట్ రీఫార్మేషన్ (16వ శతాబ్దం) మార్టిన్ లూథర్, జాన్ కాల్విన్ వంటి నాయకులు రోమన్ కాథలిక్ చర్చ్ అవినీతిని వ్యతిరేకించారు. ఫలితంగా క్రైస్తవ మతం విభజన కాథలిక్, ప్రొటెస్టెంట్. రెనైసాన్స్ మతం కంటే మానవత, విజ్ఞానం, కళలను ప్రాధాన్యం ఇచ్చిన కాలం.

ఇస్లామిక్ పునరుజ్జీవనం, ఇస్లామిక్ ప్రపంచంలో 18 - 19వ శతాబ్దాల్లో వహాబిజం వంటి సంస్కరణోద్యమాలు మతాన్ని పవిత్ర పునాదులపై తిరిగి నిలబెట్టే ప్రయత్నం చేశాయి. ఆ తరువాత సూఫిజం ప్రేమ, సహనం, భక్తి మార్గం ద్వారా మతానుభవాన్ని విస్తరించింది.

తూర్పు మతాలు, పాశ్చాత్య మతాల్లో దేవుని భావనలో తేడాలు ఉన్నా, పరమాత్మను మనసులో అన్వేషించడం, బాహ్య శక్తిని పూజించడం, మోక్షం, నిర్వాణం, కర్మ ఫల చక్రం, స్వర్గ నరక భావన వంటి లక్ష్యాలు అందరికి సాధారణమే. విధి, నియమ, తత్త్వవాదం, యోగ, ధ్యానం, సేవ, ప్రార్థన, విశ్వాసం, పాప నివారణ, మార్పు స్వీకారం, అంతర్ముఖత, ఆత్మవికాసం వంటి పద్ధతులు మారినప్పటికీ, అన్ని మానవుని శ్రేయోమార్గం వైపు నడిపించటమే లక్ష్యం.

వీటిలో తేడాలు ఉన్నా, తూర్పు పాశ్చాత్య మార్గాల గొప్ప సామ్యము, ధర్మం ద్వారా మనిషి నిజమైన మానవత్వం, ఆత్మచైతన్యం, శ్రేయోమార్గం వైపు ఎదగటం. ఇలా, మతాలు మనం తెలుసుకోవాల్సిన మార్గాలు మాత్రమే. అవి నియమాల గదులు, భయనిరోధక పద్ధతులు లేదా సాంప్రదాయ కట్టుబాట్లు మాత్రమే కాదు. మన హృదయం, ఆలోచనలు, కర్మల ద్వారా జీవితం, ధర్మం, సత్యం, శాంతి, సుఖం పొందగలం.

మతం ప్రకృతి రహస్యాలకు సమాధానమిచ్చే తొలి ప్రయత్నం. శాస్త్రం ఆ రహస్యాలను వివరణాత్మకంగా అర్థం చేసుకోవడం ప్రారంభించినప్పుడు ఘర్షణలు జరిగాయి. గెలీలియో భూమి సూర్యుని చుట్టూ తిరుగుతుంది అని చెప్పగా, చర్చ్ దానిని దైవనిందగా భావించింది. తరువాత శాస్త్రం గెలిచింది, కాని మతం కూడా తన దృక్కోణాన్ని సవరించుకుంది. డార్విన్ సిద్ధాంతం మతపరమైన సృష్టివాదాన్ని సవాలు చేసింది. తరువాత కొందరు దీనిని దైవ నియమంగా అంగీకరించి, శాస్త్రం మతం మధ్య కొత్త సఖ్యతను ఏర్పరచారు. 8వ–14వ శతాబ్దాల మధ్య ఇస్లామిక్ పండితులు విజ్ఞానంలో అద్భుత కృషి చేశారు. ఇస్లాం చరిత్రలో ఇస్లామిక్ స్వర్ణ యుగం అనేది ఇస్లాం చరిత్రలో శాస్త్రీయ, ఆర్థిక సాంస్కృతిక అభివృద్ధి చెందిన కాలం.

అనేకమంది ప్రతిభావంతమైన శాస్త్రవేత్తలు గణితం అల్-ఖ్వారిజ్మి, ఒమర్ ఖయ్యామ్, ఆప్టిక్స్ ఇబ్న్ అల్ హేతమ్, వైద్యం ఇబ్న్ సినా, అల్ రజి, ఇబ్న అల్ నఫిస్, ఖగోళ శాస్త్రం అల్ బత్తానీ, నాసిర్ అల్ తుసి, రసాయన శాస్త్రం జబీర్ ఇబ్న్ హయాన్ లు పురోగతులు సాధించారు.

21వ శతాబ్దంలో మతం ఒక కొత్త రూపాన్ని తీసుకుంటోంది. సార్వజనీన మానవత మతాల మధ్య సఖ్యత, పరస్పర గౌరవం. మతం పేరుతో తీవ్రవాదం, రాజకీయ దుర్వినియోగం, మతహింస ఇప్పటికీ సవాలుగా ఉంది. ఇవి మతం యొక్క నైతిక ఆత్మను పునర్నిర్మించాల్సిన అవసరాన్ని గుర్తు చేస్తున్నాయి.

చరిత్రలో నాగరికతలు మత ప్రభావంతో కొన్ని ఏకీకృతమై అభివృద్ధి చెందాయి, కొన్ని అసహనంతో నాశనం అయ్యాయి. రోమన్ సామ్రాజ్యం క్రైస్తవ మతం మొదట నిందితమై, తరువాత దాని ఆధారంగా నూతన సాంస్కృతిక పునర్జన్మ వచ్చింది. మయన్ నాగరికత అధిక మత ఆచారాలు, బలి విధానాలు సమాజ విభజనకు దారి తీసాయి. ఇస్లామిక్ ఖలీఫత్ మత ప్రేరణతో విజ్ఞానం, కళలు, తత్త్వం

అభివృద్ధి చెందాయి. భారత నాగరికత సనాతన ధర్మం యొక్క సహన తత్త్వం వల్ల ఎన్నో దాడులను తట్టుకుంది.

ప్రపంచం తత్త్వపరమైన సమన్వయానికి, సామాజిక శాంతికి, మానవ సర్వాంగ వికాసానికి అవసరమైన మార్గదర్శనం మతం నుంచే వస్తుంది. మతం సాంస్కృతిక వారసత్వంగా, మతం ఇప్పుడు ఆధ్యాత్మికత కంటే సాంస్కృతిక గుర్తింపుగా మారుతోంది. ఏకమానవ మతం, మతాల మధ్య విలువల సమన్వయమే భవిష్యత్తు దారి.

మత ధర్మ జననం అనేది మానవ పరిణామ గాథలో ఒక గొప్ప మలుపు. భయం నుండి భక్తి, భక్తి నుండి ధర్మం, ధర్మం నుండి మానవత, ఈ ప్రయాణం మనిషి జ్ఞానోదయం. మతాలు మారినా, మానవత్వం అనే మూల ధర్మం ఎప్పటికీ అజరామరం. మానవ సమాజం ఒక్కటే మతాలు అనేకం, కాని హృదయ ధర్మం ఒక్కటే ప్రేమ.

33

మతం ఓడిపోగలదా?

ఈ ప్రశ్నలోనే పెద్ద అపోహ ఉంది. శాస్త్రం ఎలా? చెప్పింది. మతం ఎందుకు? చెప్పే ప్రయత్నం చేసింది. మతం ఎలా లో జోక్యం, శాస్త్రం ఎందుకు ని విస్మరణ అనేదే ప్రశ్న. ఆధునిక మానవుడి మానసిక స్థితి, ఈ దశలో శాస్త్రం భద్రత ఇచ్చింది, మతం అర్థం ఇచ్చింది. కాని మతం అధికారంగా ఉన్న చోట శాస్త్రం అణచివేయబడింది. పోరాటం అక్కడే. ఆధునిక యుగం తర్క పునర్జన్మ, శాస్త్రం మతానికి కాదు అధికార మతానికి సవాలుగా, గెలీలియో, న్యూటన్ పరిశోధనలు కీలక మలుపులు, శాస్త్రం ఎలాను వివరించింది. ఘర్షణకు మూలం వ్యాఖ్యాన అధికారం.

డార్విన్ పరిణామ సిద్ధాంతం, మానవ సృష్టి భావనకు సవాలు, మతం మార్పు అవసరం, శాస్త్రానుకూల ఆధ్యాత్మికత, భవిష్యత్తు. మతం, శాస్త్రం కలిసి నడవగలవా? శాస్త్రం మతాన్ని ఎందుకు ప్రశ్నించింది? శాస్త్రం పుట్టినప్పటి నుంచే ఒక మౌలిక ప్రశ్నను అడుగుతోంది. ఏది నిజం? దానికి ఆధారం ఏమిటి? మతం మాత్రం సంప్రదాయంగా ఇలా జరిగింది ఎందుకంటే పవిత్ర గ్రంథం అలా చెప్పింది. ఇక్కడే విభేదం మొదలైంది. సాక్ష్యాలతో నిరూపించగలమా? మతం ఇచ్చే సమాధానాలు ఇది విశ్వాస విషయం, అదృశ్య శక్తి, ఇది శాస్త్రానికి అందని విషయం. ఈ విభేదం వల్లే ఆధునిక యుగంలో మతం, శాస్త్రం మధ్య తీవ్రమైన వాదన, ఘర్షణ మొదలైంది.

ప్రకృతి ఘటనలు దేవుడా? శాస్త్రమా? ఒకప్పుడు భూకంపం దేవుని కోపం, వరద పాప ఫలితం, రోగం, శాపం, గ్రహణం అపశకునం. ఇప్పుడు భూకంపం టెక్టానిక్ ప్లేట్ల కదలిక, వరద వాతావరణ మార్పులు, మానవ తప్పిదాల కలయిక. రోగం బ్యాక్టీరియా, వైరస్. గ్రహణం ఖగోళ గణితం. శాస్త్రం వచ్చాక దేవుడి పాత్ర

తగ్గలేదు, భయపు పాత్ర తగ్గింది.

వైద్యం, ప్రార్థన నుంచి ప్రయోగశాల వరకు, మత ఆధారిత వైద్యం మంత్రాలు, తంత్రాలు, బలి, శాప నివారణ. శాస్త్రీయ వైద్యం యాంటీబయాటిక్స్, టీకాలు, శస్త్రచికిత్స, జెనెటిక్ థెరపీ. మశూచి ఒకప్పుడు దేవతల వ్యాధిగా భావించి ప్రార్థనలు చేశారు, బలులు ఇచ్చారు. శాస్త్రం వైరస్‌ను గుర్తించింది, టీకా తయారు చేసింది, 1980 నాటికి ప్రపంచం నుంచి పూర్తిగా నిర్మూలించింది. ఇది మతానికి ఓటమా? అజ్ఞానానికి ఓటమి.

మతం లేకుండా నైతికత సాధ్యమా? మతం తరచూ చెప్పే వాదన 'మతం లేకపోతే నీతి ఉండదు' నీతి జీవ పరిణామం నుంచే పుట్టింది. సామూహిక జీవనానికి సహకారం అవసరం, సహకారం ఉన్న గుంపులు బతికాయి, సహకారం లేనివి నశించాయి. దయ, సహానుభూతి, న్యాయం ఇవన్నీ జీవ పరిణామంలో అభివృద్ధి చెందిన లక్షణాలు, డార్విన్ కూడా ఇదే చెప్పాడు 'సానుభూతి అనేది మనిషి యొక్క గొప్ప లక్షణాలలో ఒకటి' అంటే నీతి దేవుడి భయంతో కాదు, మనిషి సామాజిక అవసరంతో పుట్టాడు.

శాస్త్రం అంగీకరిస్తుంది, మతం కొన్ని మానసిక అవసరాలను తీర్చింది. శాస్త్రీయంగా నిరూపితమైన కొన్ని అంశాలు, ప్రార్థన వల్ల ఒత్తిడి తగ్గుతుంది, ధ్యానం వల్ల మెదడు తరంగాలు మారుతాయి, సమూహ ఆచారాలు వ్యక్తికి భద్రతా భావం ఇస్తాయి. కాని శాస్త్రం ఇక్కడ ఒక తేడా చెప్తుంది ఇవి పనిచేస్తున్నాయి అవి నిజమని కాదు, మన మెదడు అలా స్పందిస్తుందనే కారణంతో. ఇది ప్లేసిబో ఎఫెక్ట్ లాంటిది. ఇది ఒక వ్యక్తి నకిలీ చికిత్స. విభూది, కొబ్బరి నూనె, చక్కెర మాత్రలు, ఉప్పు నీరు లాంటివి తీసుకున్నా, అది నిజమైన మందని నమ్మడం వల్ల వారి ఆరోగ్యం మెరుగుపడే మానసిక దృగ్విషయం. ఇది మెదడు, శరీర సంబంధాన్ని సూచిస్తుంది మరియు నమ్మకం, ఆశల ద్వారా నొప్పి, నిరాశ వంటి సమస్యలు తగ్గుతాయి.

ఆధునిక కాలంలో అత్యంత ప్రమాదకరమైన విషయం శాస్త్రానికి వ్యతిరేకంగా నిలిచే మత అంధత్వం ఉదాహరణలు టీకాలకు వ్యతిరేక ప్రచారం, వైద్య చికిత్సకు బదులు ప్రార్థన మాత్రమే, భూకంపాలు దేవుడి శిక్ష అనడం, మహిళలపై, కులాలపై వివక్షను మతంతో సమర్థించడం. ఇవన్నీ శాస్త్రానికి, మతానికీ కాదు మానవత్వానికి వ్యతిరేకం.

శాస్త్రం మతాన్ని పూర్తిగా తిరస్కరించిందా? శాస్త్రం చెప్తుంది దేవుడు ఉన్నాడా లేదా అనేది శాస్త్ర పరిధిలోకి రాదు. దేవుడు పేరుతో చెప్పే వాస్తవ వాదనలను మాత్రం పరీక్షిస్తుంది. భూమి చదును శాస్త్రం ఖండించింది, సూర్యుడు భూమి చుట్టూ తిరుగుతాడు ఖండించింది.

మతం శాస్త్రం మధ్య సమతుల్యత సాధ్యమయ్యే స్థితి, మతం వ్యక్తిగత ఆధ్యాత్మిక అనుభూతి, శాస్త్రం వాస్తవ ప్రపంచ నియంత్రణ. అసాధ్యం. శాస్త్రం స్థానంలో మతం, వైద్యం స్థానంలో ప్రార్థన, విద్య స్థానంలో అంధ విశ్వాసం.

భవిష్యత్తు మనిషి ఏం నేర్చుకోవాలి? శాస్త్రం నుంచి ప్రశ్నించడం, ఆధారాలు కోరడం, భయానికి లొంగకపోవడం, మతం నుంచి కరుణ, ఆత్మ నియంత్రణ, సామాజిక బాధ్యత. శాస్త్రం మెదడును అభివృద్ధి చేస్తుంది, మానవత్వం హృదయాన్ని అభివృద్ధి చేస్తుంది.

ఆధునిక కాలంలో మతం వివరణ ఇవ్వలేకపోయింది, శాస్త్రం వివరణ ఇచ్చింది, మతం భయాన్ని కలిగించింది, శాస్త్రం భయాన్ని తొలగించింది. సమస్య మతం ఎదురుకక్షి శాస్త్రం కాదు, సమస్య అంధ విశ్వాసం ఎదురుకక్షి మానవ బుద్ధికుశలత.

దేవుడిని నమ్మడం వ్యక్తిగత స్వేచ్ఛ గా వ్యక్తిగతంగా మాత్రమే అభిప్రాయ పడవచ్చు, కాని విజ్ఞాన శాస్త్రాన్ని తిరస్కరించడం సమాజానికి అత్యంత ప్రమాదకరం.

34

నమ్మకం నుంచి నిజం వరకు

మతం ఒక ప్రశ్నతో పుట్టింది... ఈ గ్రంథం ఈ ప్రశ్నతోనే ముగుస్తుంది. రాత్రి అరణ్యంలో నిలబడి ఉన్న ఆది మనిషి, ఆకాశం వైపు చూస్తూ అడిగిన మొదటి ప్రశ్నే మతానికి తొలి అక్షరం. నేను ఎవరు, ఈ శక్తి ఏమిటి, మరణం తర్వాత ఏముంది? ఆ ప్రశ్నలకు సమాధానం తెలియని వేళ, భయం అతని గుండెల్లో అలజడి మాటలయ్యాయి, ఆ మాటలే ప్రార్థనగా మారాయి, ఆ ప్రార్థనలే ఆచారాలయ్యాయి, ఆ ఆచారాలే మతమయ్యాయి. మతం దేవుడి నుంచి కాదు, మనిషి మనసు అంతరంగంలోని అస్పష్టత నుండి మతం జనించింది.

మతం మనిషిని రక్షించింది, కాని అదే మనిషిని బంధించిన క్షణాలూ ఉన్నాయనేది కాదనలేని నిజం. మతం మనిషికి కొంత మేరకు భరోసా నిచ్చింది, ఒంటరితనాన్ని తుడిచింది, జీవనానికి అర్థం ఇచ్చింది, అరణ్య జీవిని సామాజిక జీవిగా మార్చింది. అశాంతిని నియమంగా మార్చింది, భయాన్ని నైతికతగా మలిచింది. మతం మానవ చరిత్రలో ఒక గొప్ప మానసిక ఆవిష్కరణని చెప్పవచ్చు. అదే మతం ప్రశ్నను పాపం చేసినప్పుడు, నమ్మకాన్ని అధికారం చేసినప్పుడు, దేవుడిని ఆయుధం చేసినప్పుడు, అది రక్షకుడి పాత్ర నుంచి పాలకుడిగా అవతరించింది.

నమ్మకం పవిత్రం, అంధ నమ్మకం ప్రమాదం, నమ్మకమంటే గుండెల్లో పుట్టే నిశ్శబ్ద విశ్వాసం, అంధ నమ్మకం అంటే మెదడును తలుపు బయట వదిలేసి లోపలికి అడుగుపెట్టడం. చరిత్రలో జరిగిన హింసలు, యుద్ధాలు, దహనాలు, సామాజిక అణచివేతలు దేవుడు కోరినవి కాదని అంధ నమ్మకం పుట్టించినవి. అందుకే ఈ

గ్రంథం చెప్పే స్పష్టమైన మాట నమ్మకం మనిషిని పైకి తీసుకెళ్తే, అంధ నమ్మకం మనిషిని మనిషి నుంచి దూరం చేస్తుంది.

శాస్త్రం వచ్చింది మతానికి శత్రువుగా కాదు, ప్రశ్నగా శాస్త్రం వచ్చి దేవుణ్ణి విస్మరించలేదు, మతాన్ని నాశనం గావించ లేదు. శాస్త్రం చేసిన పని ఒక్కటే 'ఇది నిజమేనా' అని అడిగింది. మెరుపు దేవుడు కాదని చెప్పింది. వ్యాధి శాపం కాదు అని నిరూపించింది. భూమి కేంద్రం కాదని చూపించింది, మతాన్ని అవమానించడానికి కాదు, మనిషిని భయం నుంచి విడిపించడానికి. శాస్త్రం మనిషి చేతిలో అపారమైన శక్తిని పెట్టింది, మతం మనిషి చేతిలో అర్థాన్ని పెట్టింది. మానవ భవిష్యత్తుకు కావలసింది ఈ రెండింటి మధ్య యుద్ధం కాదు సమన్వయం మాత్రమే.

ఆధునిక మానవుడు తీసుకున్న దారి, దేవుణ్ణి తిరస్కరించలేదు, కారణం లేకుండా నమ్మడాన్ని తిరస్కరించాడు, మతాన్ని ద్వేషించలేదు, మతం పేరుతో జరిగే అజ్ఞానాన్ని అంగీకరించలేదు. ఇది తిరుగుబాటు కాదు, ఇది నిరంతర పరిణామం. ప్రశ్నించగలిగే విశ్వాసమే బలమైన విశ్వాసం. ఆలోచనతో నడిచే నమ్మకమే నిలిచే నిజమైన నమ్మకం.

మతం భవిష్యత్తు అధికారం, శిక్ష, భయం కాదు. అది మానవీయతగా, నైతికతగా, అర్థంగా మనగలగాల్సింది, మనిషిని విడగొట్టే మతం చరిత్రలో మిగులుతుంది, మనుషులను కలిపే మతం భవిష్యత్తులో నిలుస్తుంది.

బలమైన విశ్వాసానికి ప్రశ్న భయం కాదు. బలమైన ఆలోచనకు మతం శత్రువు కాదు. ప్రశ్నించని విశ్వాసం అంధకారంగా మారుతుంది, ఆత్మను తాకని ఆలోచన శుష్కమైన తర్కంగా మిగిలిపోతుంది.

ఈ గ్రంథం ఒక తీర్పు కాదు. ఇది ఒక ఆత్మీయ ఆహ్వానం మాత్రమే. శాస్త్రీయంగా ఆలోచించమనే ఆహ్వానం, హేతుబద్ధంగా అర్థం చేసుకోమనే ఆహ్వానం, మానవీయంగా మారమనే ఆహ్వానం. మతాన్ని భయంతో కాదు అవగాహనతో

చూడమనే ఆహ్వానం. నమ్మకాన్ని బంధనంగా కాదు వెలుగుగా మలచుకునే ఆహ్వానం. సత్యాన్ని ఎవరి చేతుల్లోనూ బందీ చేయకుండా, మన అంతరంగంలో అనుభూతిగా నిలుపుకోవాలనే ఆహ్వానం. ఈ భావనకు ఋగ్వేదం వేల సంవత్సరాల క్రితమే సూక్ష్మంగా, శాంతంగా **"एकं सद् विप्रा बहुधा वदन्ति।** ఋగ్వేదం 1.164.46 'సత్యం ఒక్కటే. జ్ఞానులు దానిని అనేక మార్గాల్లో పలుకుతారు' చెప్పింది.

మనిషి భవిష్యత్తు శాస్త్రంతో ఆలోచించాలి, సహేతుకతతో నమ్మాలి, మానవీయతతో జీవించాలి. మతం ఉంటే జీవన ప్రయాణానికి తోడుగా ఉండాలి, అభివృద్ధికి అడ్డంకి కాకూడదు. మానవీయంగా జీవించమనే మహా సందేశం. ఈ గ్రంథం ఒక సుదీర్ఘ జీవన ఆధ్యాత్మిక ప్రయాణం. సందేహం తీరడం అంటే ప్రయాణం ఆగడం కాదు, కొత్త వెలుగు దారిని చూయించడం.

రాతియుగపు భయాల నుంచి ఆధునిక శాస్త్రీయ ఆలోచనల వరకూ మనిషి చేసిన ప్రయాణానికి ఇది సాక్ష్యం.

అంతిమంగా, ఈ గ్రంథం మనకు చెప్పేది సత్యం మతానికి పరిమితం కాదు, అది మనిషి లోతుల్లో, మన హృదయాలలోనూ ఉండాలని. నిజమైన మతం మనలోని ఆలోచనకు అడ్డంకి కాదు. అలాగే ఆలోచన మతానికి శత్రువు కాదు. నిజమైన శత్రువు ఉంటే అది ప్రశ్నలతో ఎదగకుండా, అన్వేషణకు అడ్డుగా మారే అప్రశ్నిత విశ్వాసమే. మన హృదయాల వెలుగులో ఆలోచనలు వికసించాలి, భయంపై ఆధారపడకుండా, ప్రేమ, ఆత్మచైతన్యం, జ్ఞానం మీద నిలిచే విధంగా ఉండాలి. విశ్వాసం మానసిక స్థిరత్వానికి, ఆలోచన మనశ్శక్తికి మార్గదర్శకత్వం అవ్వాలి. ఈ గ్రంథం కేవలం పాఠకుని ఆలోచనలను మరింత దీర్ఘసూక్ష్మంగా, ధైర్యంగా నడిపించే ప్రేరణాత్మక మార్గదర్శకత్వం. మానవత్వం, ప్రేమ, ప్రశ్నించడం, అన్వేషించడం ఇవే పరమ ధర్మం

అని గాఢంగా గుర్తు చేసుకుంటూ పాఠకుని మనసులో దీర్ఘస్మృతిగా నిలిచేలా ఈ గ్రంథం ప్రయత్నిస్తుంది.

'మత ధర్మ జననం' ఈ స్థాయిలో ముగుస్తుంది. కాని నిజమైన మానవ ఆలోచన, సవాలు, ప్రశ్నించడం, అన్వేషణ, ఆత్మచైతన్యం ఇక్కడ నుంచే ప్రారంభమవుతుంది. మనిషి లోతైన భావాలు, ప్రశ్నించే ధైర్యం, నిరంతర జ్ఞానప్రయాణం ఇక్కడ వెలుగు చూస్తుంది. ప్రతి ఆలోచనా మెట్లు మనసును విశ్లేషణకు, హృదయాన్ని సమన్వయానికి, జీవితం పరిపూర్ణతకు నడిపించే దీర్ఘయాత్రకు ఆవిష్కరణ అవుతుంది.

మతం, ఆధ్యాత్మికత, మానవీయ ఆలోచనా తత్వవేత్తలు, మానవ ఇతిహాసక అభివృద్ధి విజయ సూచికలు తదితర అంశాలను సమగ్రంగా పరిశీలిస్తూ, తదుపరి భాగంలో వివరించేందుకు బాధ్యతగల గ్రంథస్రష్టగా తప్పక ప్రయత్నిస్తాను.

— గ్రంథస్రష్ట

(నూతలపాటి నాగేశ్వర రావు)

9490742134

BIBLIOGRAPHY

1. ప్రాథమిక ఇతిహాస—ధార్మిక గ్రంథాలు:

1. భగవద్గీత — సంయుక్త రూపంలో నైతికత, కర్మ సిద్ధాంతం
2. ఉపనిషత్తులు — ఆత్మ, బ్రహ్మ, తత్వచింతన
3. బైబిల్ — క్రైస్తవ మత ఆధార గ్రంథం
4. ఖురాన్ — ఇస్లాం మత ధర్మ గ్రంథం
5. త్రిపిటక— బౌద్ధ ధర్మసూత్రాల సంకలనం
6. జైన ఆగమాలు — మహావీర, శరిపోయ భక్తుల బోధన

2. ప్రశ్నాస్పద - విచారణాత్మక గ్రంథాలు:

7. The God Delusion — Richard Dawkins
8. A History of God — Karen Armstrong
9. The Varieties of Religious Experience — William James
10. Why I Am Not a Christian — Bertrand Russell
11. Sapiens: A Brief History of Humankind — Yuval Noah Harari

3. శాస్త్ర – ఆధ్యాత్మిక విశ్లేషణ:

12. The Universe in a Nutshell — Stephen Hawking
13. Cosmos — Carl Sagan
14. The Structure of Scientific Revolutions — Thomas Kuhn
15. Consciousness Explained — Daniel Dennett
16. The Feeling of What Happens — Antonio Damasio
17. వేదాంత సూత్రాలు

18. Sanzas (Upanishads, Brahma Sutras) రామాయణ, మహాభారత ఛాయాచిత్రాలు
19. భక్తి సంతుల కీర్తనలు (కబీర్, మీరా, తులసీ, నామదేవ్)
20. Stanford Encyclopaedia of Philosophy — Religious Experience
21. Internet Encyclopaedia of Philosophy — Philosophy of Religion
22. BBC Religion — World Religions
23. Pew Research Centre — Religion & Public Life
24. Oxford Bibliographies Online — Religion
25. పితక సంప్రదాయం (బౌద్ధ) – Digha Nikaya
26. జైన ఆగమాల సంకలనం
27. షాడ్దర్శన (చార్వాక, సూక్తిక, నియతి, అక్రియ/అనిచ్చి వాద) వివరాలు (బౌద్ధ, జైన గ్రంథాలు)

4. భారత తత్వ చరిత్రలో అప్రమేయంగా ఉన్న సూత్రాల మూలాలు.

28. Man's Search for Meaning — Viktor Frankl
29. The Denial of Death — Ernest Becker
30. Religion and Moral Life — Emile Durkheim
31. Bhagavad Gita — ISKCON / Gita Press Editions
32. Upanishads — Translation and Commentary (Multiple Authors)
33. Dhammapada — Buddhist Texts Online
34. The Quran — Online Translations (multiple languages)
35. Bible — Multiple reliable translations

గ్రంథస్రష్ట నూతలపాటి నాగేశ్వర రావు రచనలు

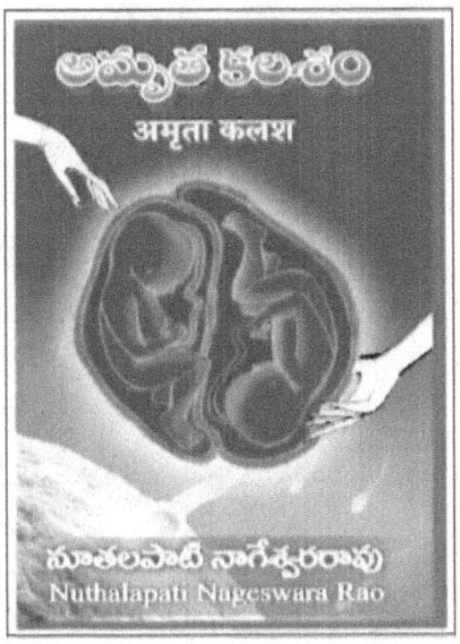

Amazon flipkart ల నందు పై పుస్తకములు పొందవచ్చును.

www.ingramcontent.com/pod-product-compliance
Lightning Source LLC
LaVergne TN
LVHW032104041026
849518LV00010B/2996
9788198818485